गंमत शाळा

भाग २

राजीव तांबे

राजहंस प्रकाशन

गंमत शाळा - भाग २

राजीव तांबे

प्रकाशक
दिलीप माजगावकर
राजहंस प्रकाशन प्रा. लि.
१०२५, सदाशिव पेठ
पुणे - ४११ ०३०
फोन - (०२०) २४४७३४५९
E-mail : rajhansprakashan1@gmail.com
Website : www.rajhansprakashan.com

मुद्रक
रोहन एंटरप्रायझेस
१६/२, 'स्वोजस'
सहवास सोसायटी
कर्वेनगर
पुणे - ४११ ०५२

Gammat Shala - Bhag 2
Rajiv Tambe

ए-५०५ स्वागत रेसिडेन्सी,
कुंबरे टाऊनशीप, आशिष गार्डनजवळ,
डीपी रोड, कोथरूड, पुणे - ४११०३८
Email : rajcopper@gmail.com
Website : www.rajivtambe.com

अक्षरजुळणी
मुग्धा दांडेकर
श्रीडी ग्राफिक्स

मुखपृष्ठ, आतील चित्रे व मांडणी :
गिरीश सहस्रबुद्धे

आवृत्ती पहिली : जानेवारी २०१३
आवृत्ती सहावी : जुलै २०२३

राजहंस क्रमांक A-04-2013 (566)

ISBN 978-81-7434-729-9

किंमत : ₹ १५०/-

पुण्याची 'अक्षरनंदन' व नाशिकची 'आनंद निकेतन'
या 'तोनोई' कुटुंबातल्या शाळांना
ही गंमतशाळा
समर्पित

मनोगत

हा गंमतशाळेचा दुसरा भाग.
आमची गंमतशाळा कशी सुरू झाली ती गंमत मी तुम्हाला पहिल्या भागात सविस्तरपणे सांगितलीच आहे.
तोत्तोचानच्या तोमोई शाळेतल्या गमती जमती, विविध उपक्रम, प्रत्यक्ष अनुभव घेत शिकण्याच्या मुलांच्या अजब पद्धती वाचून मी अचंबित झालो होतो.
तोमोईचे मुख्याध्यापक होते सोसोकु कोबायाशी. सगळी मुलं स्वभावत: चांगली असतात, यावर त्यांचा पूर्ण विश्वास होता. पण हा चांगुलपणा मोठ्यांच्या तसंच आजूबाजूच्या वातावरणाच्या दुष्प्रभावानं बिघडू शकतो, हेही त्यांना ठाऊक होतं. म्हणूनच त्यांचं मुख्य उद्दिष्ट होतं, ह्या 'चांगुलपणा'ची रुजुवात करण्याचं आणि तो वाढीला लावण्याचं. मुलं मोठी होताना त्यांचं वैशिष्ट्यपूर्ण वेगळेपण टिकून राहावं, मुलांची वाढ जास्तीत जास्त स्वाभाविक व्हावी आणि निसर्गाशी त्यांची एकतानता व्हावी; म्हणून त्यांनी जे प्रयत्न केले ते वाचताना तर मूलकेंद्री शिक्षणपद्धतीचा पट आपल्यासमोर उलगडत जातो.
तोत्तोचान पुस्तकानं मुलांकडे, मुलांच्या शिक्षणप्रक्रियेकडे पाहण्याचे 'नवीन डोळे' दिले मला.

मुलांना मुक्तपणे प्रयोग करता यावेत, तसंच मुलांना चुका करण्याची व चुकांतून शिकण्याची संधी मिळावी आणि काही अडलं तर बिनधास प्रश्न विचारण्याची हिंमत असावी - असं मोकळं वातावरण असे आमच्या गंमतशाळेत.
खरंतर मुलांना काहीतरी स्वत:हून शोधून काढायचं असतं, त्यासाठी खटपट करायची असते, न केलेल्या गोष्टी करून पाहायच्या असतात आणि हे सर्व

करत असताना त्यांना मोठ्या माणसांचे सल्ले त्रासदायक वाटतात. आपल्या यशात किंवा अपयशात त्यांना आणखी कुणी वाटेकरी नको असतात. पण खूपवेळा हेच नेमकं मोठ्यांना (तोत्तोचान वाचलं नसल्यानं) समजत नाही. मोठी माणसं मुलांना सतत चुका दाखवतात, मुलांवर डाफरतात. मग लहान मुलं हिरमुसतात, नाराज होतात. आणि या कोवळ्या वयातच मुलांची स्वतःहून शिकण्याची, शोधण्याची वृत्ती पद्धतशीरपणे ठेचली जाते. 'गप्प बैस. सांगतो ते ऐक' असा जप मोठ्यांनी सुरू केला की, घरातल्या सर्जनशील लहान मुलांचं आज्ञाधारक 'सांगकाम्या'त रूपांतर होतं. पण मला खात्री आहे, हे पुस्तक मोठ्यांना मुलांसोबत शिकण्यास प्रवृत्त करेल.
या पुस्तकातील आजी, आजोबा व मिहिर ही आपल्याच घरातली माणसं आहेत. घरातल्या छोट्या-छोट्या प्रयोगातून ती एकमेकांच्या मदतीनं विज्ञान शिकत आहेत असं वाटतं. पण जरा वेगळ्या नजरेनं या तिघांकडे पाहिलं; तर लक्षात येईल, या तिघांमधे असणारं अतूट प्रेमाचं नातं. म्हणूनच इथे आपला पूर्वग्रह किंवा 'अहम्' मधे न आणता 'सारे मिळून' शिकतात अतिशय स्वाभाविकपणे.

कामाच्या निमित्तानं आणि आवड म्हणूनही मी देशातल्या अनेक शाळा पाहिल्या आहेत. शाळा ग्रामीण असो की अतिश्रीमंत, पण मला त्या शाळांमधे तोत्तोचान सारखी मुलं-मुली दिसली आहेत. रंगमंचावर केवळ बक्षिसासाठी नाही तर कामात आनंद घेत, स्वतःला झोकून काम करणारी मुलं. आपल्या मनातले विचार आपल्याच भाषेत व आपल्याच पद्धतीनं गोष्टीतून, निबंधातून व्यक्त करणारी मुलं. केवळ स्पर्धेसाठी नाही तर स्वतःला व्यक्त करण्यासाठी

आपल्या खास शैलीत चित्रं काढणारी मुलं. संगीतातून, अभिनयातून, खेळातून, भाषेतून, इतर पण अनेक माध्यमांतून स्वत:चं वेगळेपण सिद्ध करणारी सर्जनशील मुलं.

खरं म्हणजे तोत्तोचान, तोत्तोचानची शाळा तोमोई व तोमोईचे मुख्याध्यापक सोसोकु कोबायाशी ही काही जपानची मक्तेदारी नाही. तर हे आहे, अभिनव पद्धतीनं मुलांचा आत्मसन्मान व सर्जनशीलता जपणारं शिक्षण कुटुंब. जगात कळत नकळत सर्वत्रच आहेत या शिक्षण कुटुंबाचे सदस्य. तुम्ही आजूबाजूला जरा बारकाईनं पाहू लागलात, तर तुम्हालाही ओळखता येतील या कुटुंबातील मंडळी. अगदी तुमच्या घरातसुद्धा असतील यातले काही सदस्य.
आणि या गंमतशाळेतले प्रयोग तुम्ही मुलांबरोबर करू लागलात, त्यांच्या सोबत स्वाभाविकपणे शिकू लागलात की तुम्ही या तोत्तोचान कुटुंबाचे सदस्य कधी झालात, हे तुम्हाला कळणारसुद्धा नाही.
गंमतशाळेचं मुख्य उद्दिष्ट हेच आहे.

राजीव तांबे

गमती जमती

तरंगणारा बटाटा

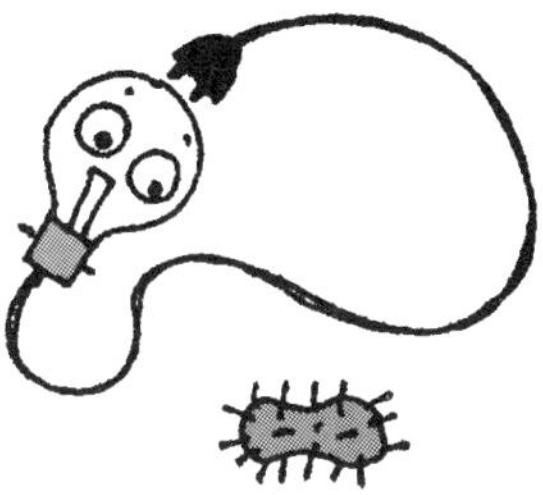

शनिवारी घरी येताना मिहिर नेहमीच उड्या मारत येतो.

आता याचं कारण तुम्हांला माहीत असेलच म्हणा!

रविवारी दिवसभर हुंदडायला मिळतं आणि दुपारी चित्रविचित्र प्रयोग करायला मिळतात.

पण या शनिवारी मिहिर घरी आला तो पाय ओढतच.

आजी वाटच पाहत होती.

त्याचा असा पडलेला चेहरा पाहून आजी समजली, आज स्वारीचं काहीतरी बिनसलंय.

आजी काही बोलण्या आधीच मिहिर म्हणाला, ''आजी मी तुला आधीच सांगतोय, उद्या मी कुठेच जाणार नाही हां!''

मिहिरला शांत करत आजीने विचारलं, ''अरे पण झालं काय?

उद्या कशाला कुठे जायचं आहे? उद्या तर रविवार!''

इतक्यात भाजीची पिशवी घेऊन आजोबा आले.

आजोबांच्या हातात पिशवी पाहताच मिहिर धावला.

त्याने आजोबांच्या हातातली पिशवी घेतली आणि त्या गडबडीत पिशवीतले काही बटाटे खाली पडले.

मिहिरने तिकडे लक्ष न देता तो आजोबांसाठी पाणी आणायला पळाला.

हाशहुश करत आजोबा खुर्चीत बसले.

त्यावेळी आजीने खुणेनेच आजोबांना सांगितलं की, 'आज काहीतरी त्याचं बिनसलेलं आहे.' आजोबांनी मान हलवली.

पाणी पिऊन मिहिरला जवळ घेत ते म्हणाले, “हं मला सांग, उद्याचा तुझा कार्यक्रम तरी काय आहे रे? म्हणजे उद्या तुझ्या सोबत कुठे यायचं असेल, तर मला वेळ आहे हो. म्हणून विचारलं.”

मिहिरने हळूच एका डोळ्याने आजीकडे पाहिलं.
त्याची चुळबुळ वाढली.
आजोबांच्या आणखी जवळ जात तो म्हणाला, “पण तुम्ही मला ओरडणार नाही ना?
उद्या आम्हांला पोहायला शिकवणार आहेत.
मला पाण्याची जाम भीती वाटते.
मी पाण्यात पडलो तर एका क्षणातच बुडणार!
आणि मग पोहायला शिकेपर्यंत मी जिवंतच राहिलो नाही तर?
मी.. उद्या.. जाणारच.. नाही.”

“अरे मग तू पोहायला कसा शिकणार?”
असं आजीने म्हणताच मिहिर वैतागून म्हणाला, “अगं पण पोहायला आल्याशिवाय मी पाण्यात कसा काय उतरणार?
पाण्यात उडी कशी काय मारणार?
मी आधी वर्गात बसून किंवा पुस्तकं वाचून पोहायला शिकेन आणि मग पाण्यात उतरेन.”

"तुला नेमकी कशाची भीती वाटते ते मला सांग.
तुला पाण्याची भीती वाटते, म्हणजे काय?
की, पाण्यात पडल्यावर तू अजिबात न तरंगता साफ बुडशील, असं वाटतंय का तुला?"

आजोबांच्या या बोलण्याने मिहिरला जरा धीर आला.
नाक पुसत, मान हलवत मिहिर म्हणाला, "हो! मला बुडण्याची भीती वाटते."

आजोबा हसत म्हणाले, "मग तर तू काहीच काळजी करू नकोस.
माझ्याकडे एक आयडिया आहे.
त्यामुळे बुडणारी कुठलीही वस्तू आपोआप तरंगू शकते.
तुझा जर या गोष्टीवर विश्वास असेल तर ही जादू मी तुला कधीही दाखवू शकतो."

मिहिर विचारात पडला. 'कुठलीही बुडणारी वस्तू तरंगेल? हॅं, हे कसं शक्य आहे? मग मी सुद्धा तरंगू शकेन की!'

मिहिरच्या मानतली गडबड आजोबांना समजली.
खाली पडलेल्या बटाट्यांकडे पाहत आजोबा म्हणाले, "अरे ते बटाटे उचलून ठेव.
आणि माझ्यासाठी अर्धी बादली पाणी आणि एक बटाटा घेऊन ये. चल पळ लवकर."

हातात बटाटा घेत आजोबा म्हणाले, "मला सांग हा बटाटा या पाण्यात टाकला तर बुडेल की तरंगेल?"
मिहिरकडे पाहत आजी म्हणाली, "अरे विचार कसला करतोस? घे बटाटा आणि टाक पाण्यात."
मिहिरने बटाटा पाण्यात टाकला.
बटाटा बुडाला.
बादलीच्या तळाशी गेला.
डोकं खाजवत मिहिर म्हणाला, "आजोबा आता याला तरंगवा ना!"
"हॅऽ! अगदी सोपं." असं म्हणत आजोबा कामाला लागले.

आजोबांनी तो पाण्यात बुडालेला बटाटा बाहेर काढला.
दात कोरण्याच्या लाकडी टोकेरी काड्या घेतल्या.
सुमारे वीस पंचवीस काड्या त्यांनी त्या बटाट्याला टोचल्या.
म्हणजे पाव इंच काडी बटाट्यात आणि दोन इंच काडी बाहेर.

"हंऽ. आता याला सोड पाण्यात." असं आजोबांनी म्हणताच मिहिरने त्याला पाण्यात टाकलं. आणि काय चमत्कार..
मगाशी बुडालेला तो बटाटा आता पाण्यात मस्तपैकी तरंगू लागला.

मिहिर काही बोलण्या आधीच आजी म्हणाली, "ज्याप्रमाणे बुडणाऱ्या गोष्टी आजोबा तरंगवू शकतात..
त्याप्रमाणे ते तरंगणाऱ्या गोष्टी बुडवू पण शकतात!
हो किनई हो?"
भुवया उंचावत आणि मिशांवर हात फिरवत आजोबा म्हणाले, "हो! नक्कीच हो!!"

आजोबांनी एका बाटलीचं बूच काढलं.
हे भेंडाचं बूच अगदी हलकं असतं. ते पाण्यात टाकताच तरंगू लागलं.
आजोबांनी त्या बुचाला सोळा टाचण्या टोचल्या.
आता हे टाचण्या लावलेलं बूच पाण्यात टाकताच बुडू लागलं.

टाळी वाजवत मिहिर म्हणाला, "हंऽ. म्हणजे समजा..
माझ्या अंगाला कुठली वस्तू बांधली
तर मी त्यामुळे तरंगू शकतो
किंवा बुडू पण शकतो!
हो ना आजोबा?"

"अगदी बरोबर!
अरे पोहायला तर शिकलंच पाहिजे.
आणि पाण्यात उतरल्याशिवाय तू कसा काय शिकणार?
पाण्यात उतरल्यावर तू बुडणार नाहीस याची जबाबदारी माझी.
मग तर झालं?"

असं आजोबांनी म्हणताच त्यांना टाळी देत मिहिर म्हणाला,
"पण मी काही बुडण्या-बिडण्याला घाबरलो नव्हतो.
मी उगाच गंमत केली.
पण त्यामुळे मला या दोन नवीन गमती तर समजल्या!"

तुम्हांला काय वाटतं
मिहिर घाबरला होता की नाही?

काड्या न वापरता दुसरं काही वापरून
तुम्हांला येईल का बटाटा तरंगवता?

अंडा फेक

आजोबांना उकडलेलं गरमागरम अंड खायला खूप आवडतं.
मिहिर अंड उकडणार.. मग सोलणार..
त्याचे कापून चार तुकडे करणार.. त्यावर मीठ-मिरपूड घालणार.. ..
पण आजोबांना देता-देता त्यातले दोन तुकडे गायबच होणार.

आजोबा नेहमी कुरकुरायचे, "मला अख्खं अंडं कधीच खायला मिळत नाही. तुम्ही दोघं मिळून त्यातलं अर्ध पळवता.

आता मी ठरवलंय, आज पासून थोडे दिवस उकडलेलं अंडंच खायचं नाही. खाईन तर अख्ख्या अंड्याचं ऑम्लेटच खाईन."

किचन मधूनच आजी म्हणाली, "ठीक आहे. मी इथूनच तुमच्याकडे एक अंड फेकते. ते व्यवस्थित पकडा आणि त्याचं काय हवं ते करा."

शॉक बसल्या सारखे आजोबा टुणकन उठले!
तुरूतुरू चालत किचनमध्ये गेले.
मिशा फेंदारुन आजीला म्हणाले, "अगं अशी अंडी फेकतात काऽऽ?
अंडं फेकलं तर फुटेल नाऽऽ?
आणि अंगावर फुटलंच अंडं जर का माझ्या..
तर मी होईन ना बरबरीत आणि चिकचिकीत?
तुझी पण कमालच आहे हं!"

आजी हसत म्हणाली, "कमाल तुमची आहे!
कुणी सांगितलं, 'अंडं फेकल्यावर फुटतं म्हणून?'

फेकलेलं अंडं हातात नीट पकडता आलं नाही तरी ते फुटत नाही.
हवं तर प्रयोग करून पाहू.''

आता हे ऐकून आजोबा विचारात पडले.
आजोबा म्हणाले, ''हो प्रयोग जरूर करू या पण माझ्यावर नव्हे, तुझ्यावर.
अंडं मी फेकणार.. ..
आणि ते न फुटता पकडायचं तू. कबूल? तर मग हो तैय्यार!''
आजी मान डोलवत म्हणाली, ''एकदम कबूल!
पण जरा थांबा.
आपला विज्ञान विद्यार्थी शाळेतून आला की करू प्रयोग.''

मिहिर शाळेतून आला तेव्हा आजोबा तयारीतच होते.
आजोबा दोन हातात दोन अंडी घेऊनच बसले होते.
मिहिरला पाहून आजोबा आनंदाने ओरडत म्हणाले, ''आज मी आजीच्या अंगावर अंडी फेकणार आहे.''
त्यांच्याकडे संशयाने पाहात, मिहिर काळजीच्या सुरात म्हणाला, ''आजोबा तुम्हांला बरं वाटत नाही का? बाबांना फोन करू का?''

आजोबा तणतणत म्हणाले, ''तुला काय वाटतं मला वेड लागलंय?
सकाळपासून येणाऱ्या जाणाऱ्यांवर मी काय अंडी फेकत बसलोय?
अरे तुझी आजी म्हणाली, 'अंडी फेकली तरी फुटत नाहीत! इतकंच नव्हे तर, मला म्हणते, 'हातात पकडता आली नाहीत तरी ती फुटत नाहीत.'
आता मला सांग.. ..
फेकलेलं अंड हातात नाही पकडायचं तर काय पायाने पकडायचं?
मला अजून वेड लागलेलं नाही पण थोड्यावेळात लागू शकेल... नक्की.''
''आजोबा मी तुम्हांला त्यासाठी मदत करीन नक्की!!'' असं मिहिरने म्हणताच आजोबा किंचाळले, ''काऽऽऽय? मला वेड लागायला मदत करणार? शहाणाच किनई तू?...''

आजोबांना थांबवत मिहिर म्हणाला, ''नाही..नाही. फेकलेलं अंडं पकडायला मी तुम्हांला मदत करीन. मला एक युक्ती माहीत आहे.
आजीला सांगा की, 'तू बिनधास्त अंडं फेक. आपण ते न फुटता पकडू.
आणि मग आपण दोघं मिळून त्याचं 'ऑम्लेट' करून खाऊ.

मला सॉलीड भूक
लागलीय आता.''

आता आजोबांना
कळेना नेमकं काय करावं?
आपण अंड फेकावं?
की मिहिरवर विश्वास ठेवून
त्याच्या सोबत अंड पकडावं?
आजोबांनी मिहिरवर
विश्वास टाकला.
मिहिरला आनंद झाला.

मिहिर कामाला लागला.
मिहिरने एक छोटी चादर
आणली.
तो आजोबांना म्हणाला, ''याची
दोन टोकं दोन हातात पसरून धरा.
तुमचे हात छातीपाशी ठेवा.
चादरीची दुसरी दोन टोकं मी पसरून धरतो.
माझे हात मी कंबरेपाशी ठेवतो. म्हणजे चादरीची
तिरकी झोळी तयार होईल.
आजीला सांगूया या झोळीत अंडं फेक.
आणि मग पाहा मजा.''

मिहिरने सांगितल्याप्रमाणे आजोबांनी चादर धरली.
आजीने बरोबर झोळीचा नेम धरून जोरात अंडं टाकलं.
आजोबांनी घाबरुन दात ओठ घट्ट बंद करून घेतले होते. अंडं फुटलंच नाही.
मिहिरने अंड बाहेर काढून ठेवलं.
आजीने आणखी जोरात दुसरं अंडं फेकलं. पण छे! तेही फुटलं नाही.

आजीने मिहिरला शाबासकी दिली. आजोबा खूश झाले.

मिहिरला जवळ घेत आजोबा म्हणाले, ''तुला कशी ही युक्ती माहिती रे?''
''अहो आजोबा, गावाला झाडावरून जेव्हा आंबे उतरवतात तेव्हा हीच आयडिया करतात.'' हे ऐकल्यावर आजोबांनी पण मिहिरची पाठ थोपटली.

आजी सांगू लागली, ''अंडे चादरीच्या झोळीत जोरात फेकले की अंड्याची गती थांबवण्यासाठी चादर मागे जाते आणि अंडे सावकाश थांबते.
गती थांबण्यासाठी जितका वेळ लागतो तितका जोर कमी लागतो, आणि अंडं फुटत नाही...''
त्यावर मिहिर म्हणाला, ''याचाच अर्थ, समजा पृष्ठभाग कठीण असेल तर फेकलेल्या वस्तूची गती पटकन कमी होते आणि अधिक प्रमाणात जोर लागतो, त्यामुळे वस्तू फुटते.''

या दोघांना थांबवत व दोन हातात दोन अंडी घेत आजोबा म्हणाले, ''पण आता माझ्या पोटात भूक फुटली आहे. त्याचं काय?''
''आता तव्यावर अंडं फुटलं की आपली भूक शांत होईलच की!'' असं म्हणत मिहिरने आजोबांच्या दोन हातांवर जोरात टाळ्या दिल्या!!

त्याचवेळी 'फटॅक फुट' असा मोठा आवाज झाला!!

हातातली फुटकी अंडी पाहत आजोबा म्हणाले, ''माझ्या भुकेचंच ऑम्लेट झालं आता!''

लाल आंबट

आजी घरी आली आणि तिने हाश् हुश् करत भाजीची पिशवी खाली ठेवली. इतक्यात आजोबा पण आले.

आजोबा आजीकडे पाहत म्हणाले, ‘‘सर्वांनी लक्षपूर्वक ऐका, आजपासून एक महिना मी आंबट-चिंबट काही खाणार नाही. वैद्य पिटकर यांनी मला आंबट खायला बंदी केली आहे.’’

त्यावर मिहिरने आजोबांना विचारलं, ‘‘समजा तुम्हांला, तिखट मीठ लावलेल्या कैरीच्या फोडी दिल्या तर त्या तुम्हांला चालतील ना हो आजोबा?’’

एक डोळा बंद करून मिटक्या मारत आजोबा म्हणाले, ‘‘होऽऽ का नाही? चालतील की!’’

आजीने आजोबांकडे पाहत डोळे मोठे केले.. तेव्हा अजिजीच्या सुरात आजोबा म्हणाले, ‘‘अगं, खाईपर्यंत कळणार आहे का, की हे आंबट आहे? की तिखट आहे? थोडंसं खाऊन पाहायचं. आंबट असेल तर नाही खायचं! काऽय?’’

‘‘पण समजा खाण्याआधीच कळलं तर? मग काय कराल?’’ असं आजीने म्हणताच, आजोबा हसत म्हणाले, ‘‘हॅं! खाण्याआधी कसं कळेल? कमालच झाली तुझी! पदार्थ पाहून चव कळते की पदार्थ खाऊन? सांग ना. मी वैद्य पिटकरांचं ऐकणार आहेच, पण पदार्थाची चव पाहिल्या नंतरच! हाऽ हाऽ हाऽ!! अरे मिहिरु, आण बरं त्या कैरीच्या फोडी किंवा ती मस्त गाभूळलेली चिंच. जराशी खाऊन पाहतो, आंबट असेल तर अजिबात खाणार नाही.’’

हे ऐकल्यावर आता काय करावं? ते मिहिरला कळेना.

आजी म्हणाली, ‘‘जरा धीर धरा. माझ्याकडे आहे युक्ती. पदार्थाची चव न

घेता त्याची चव ओळखण्याची. तुमचे आंबट पदार्थ एक महिनाच काय तर कायमचेच बंद करून टाकीन!''

हे ऐकून आजोबा धसकलेच!

त्यांचा यावर विश्वासच बसेना. ते मोठे डोळे करत मिशांवरून हात फिरवत म्हणाले, ''हॅऽ हे कसं काय शक्य आहे?''

आजीने आजोबांकडे पाहून फक्त भुवया उडवल्या आणि ती कामाला लागली.

आजी म्हणाली, ''मिहिर, त्या भाजीच्या पिशवीतला लाल कोबी काढ बरं बाहेर. त्याची पानं मी चिरुन घेते.

तोपर्यंत तू एका भांड्यात पाणी घे.

आणि पांढऱ्या शुभ्र कागदाच्या, २सें. मी. रुंदीच्या व चांगल्या बोटभर लांबीच्या दहा पट्ट्या कापून ठेव.

पुढची तयारी मी करते.''

आजीने सांगितल्याप्रमाणे मिहिर कामाला लागला.

आजोबा कुरकुरत म्हणाले, ''आता तू मला काय कागद खायला लावणार की काय?''

आजीने लाल कोबीची पानं चिरुन, पाणी भरलेल्या भांड्यात ठेवली.

गॅस पेटवून, हे पाणी चांगलं पाच/सात मिनिटं उकळवलं.
पाणी निवाल्यावर आजीने पानं कुस्करली.
आणि काय चमत्कार!
भांड्यात जांभळ्या रंगाचा द्रव तयार झाला!!
हे पाहून आजोबा व मिहिर एकदमच ओरडले, "वॉव! कमालच आहे!!"

आजीने हा जांभळा द्रव गाळून घेतला.
तोपर्यंत मिहिरने पांढऱ्या कागदाच्या पट्ट्या कापून ठेवल्याच होत्या.
तिने या पट्ट्या कोबीच्या रसात भिजवल्या आणि वाळवत ठेवल्या.
उरलेला कोबीचा रस एका बाटलीत भरून आजीने तो फ्रीजमधे ठेवला.

आजीला मदत करताना मिहिर फार उत्साहित झाला होता. आणि आजोबा प्रचंड अस्वस्थ झाले होते.

आजोबा पुन्हा कुरकुरायला लागले, "कोबीची मस्त कोशिंबीर केली असतीस तर बरं झालं असतं. हा काय विचित्र प्रकार? या लाल कोबीच्या रसात भिजवलेल्या कागदी पट्ट्या, मी नाही हं खाणार. तुम्हीच खा त्या चहात बुडवून. मी त्या वैद्य पिटकरांचं ऐकू की तुझं?"

डोळे मिचकावत आजी म्हणाली, "आता मी एक जादू दाखवणार आहे.
मग एका माणसाची चांगली जिरेल! वैद्यांचं ऐकावंच लागेल."

थोड्याच वेळात पट्ट्या सुकल्या.

त्यातली एक पट्टी हातात घेत आजी म्हणाली, "अहो हे पाहा, ही आहे जादूची पट्टी! या पट्टीवर आंबट पदार्थांचा एक थेंब जरी पडला तरी ही पट्टी लाजून लालेलाल होते.

पट्टी लाल झाली तर तो आंबट पदार्थ, मग तो तुम्ही अजिबात खायचा नाही.

आणि लक्षात ठेवा..

पदार्थ आंबट आहे की नाही, हे ओळखण्यासाठी त्याची चव घेण्याची आता गरज नाही. ही जादूची पट्टी आहेच आपल्या मदतीला."

आजोबांचा यावर काही विश्वासच बसेना. ते टुणकन उठले.
तुरुतुरु स्वयंपाकघरात गेले.
एक लिंबू आणि संत्र घेऊन आले.

त्यांनी जादूच्या पट्टीवर लिंबाच्या रसाचा एक थेंब टाकला.
आणि पट्टी सर्रकन लाल झाली!
मिहिर ओरडला, "वॉव! चमत्कारच झाला!!"

आजी म्हणाली, "मी तुम्हांला आणखी एक गंमत दाखवते."
आजीने पाण्यात भिजवून साबणाचा एक लहानसा तुकडा आणला आणि त्या लाल पट्टीवर ठेवला.
पुन्हा एकदा चमत्कार झाला!
लालेलाल पट्टी निळसर झाली!!

आजोबा तर हे पाहून चक्रावूनच गेले.
मिहिरने प्रश्न विचारण्यासाठी तोंड उघडलेलं पाहताच, आजीने त्याला थांबवलं आणि ती बोलू लागली,
"ही जादूची पट्टी म्हणजे आपला घरगुती लिटमस पेपर.
आम्लामुळे लिटमस कागद लाल होतो तर अल्कलीमुळे निळा होतो."
मिहिरचा नेहमीचा प्रश्न आला, "म्हणजे?"

"आंबट पदार्थात हैड्रोजनचे अणू असतात. त्यांना आम्ल म्हणतात.
लिंबूरस, दूध, सिरका, चिंच, टोमॅटो, संत्रे, इ पदार्थांत आम्लं असतात.

अल्कली म्हणजे खायचा सोडा, साबण किंवा डिटर्जंट.

समजा एखादा पदार्थ पट्टीवर टाकला पण तिच्या रंगात काहीच फरक पडला नाही, याचा अर्थ तो पदार्थ उदासीन आहे.'' आजीने असं सांगताच आजोबा हसले.

आजोबा म्हणाले, ''आता मला कळलं.. ..

जर पट्टी लाल झाली तर आपलं तोंड काही आंबट होणार नाही बुवा!''

तेव्हढ्यात मिहिर त्या जादूच्या पट्ट्या घेऊन स्वयंपाकघरात गेला
आणखी प्रयोग करायला.

तुम्हांला काय वाटतं..
त्याने ती जांभळी पट्टी किती वेळा लालेलाल केली असेल?
तुम्हांला करता येईल अशी जादू?
याच प्रकारे कांदा, द्राक्ष, बीट किंवा चहा या पदार्थांचे लिटमस कागद
घरच्याघरी सहजी तयार करता येतात.
मग, सुरू करा की..
तुमच्या घरात तुमची प्रयोगशाळा.

जड कोण?

दुपारच्यावेळी आजोबा कॉटवर आडवे झाले होते.

त्यांचा नुकताच कुठे डोळा लागला होता. तोच त्यांना हळूच बाजूला ढकलत मिहिर कॉटवर चढला. आजोबांनी दुर्लक्ष केलं. पण छे!

थोड्याच वेळात त्याची कॉटवर चढउतर सुरू झाली.

खोलीत ठॅक, ढॅम, टॉक, ढम्म असे वेगवेगळे आवाज ऐकू येऊ लागले.

आणि आजोबा वैतागून उठून बसले. तरी त्यांचे डोळे झोपाळलेले होते.

मिहिर त्यांना उत्साहाने म्हणाला, ‘‘आजोबा मी प्रयोग करतोय.

मला शास्त्रज्ञ व्हायचं आहे, म्हणून मी शोध लावतोय.’’

डोळे न उघडताच फक्त भुवया उंचावत आजोबा म्हणाले, ‘‘कुठले शोध?’’

‘‘अहो, जर उंचावरून दोन वस्तू खाली टाकल्या तर त्यातली जी जड वस्तू असते ना ती आधी खाली पडते. म्हणून मी घरातल्या वेगवेगळ्या जड वस्तू खाली टाकून पाहतोय. म्हणजे मला आपोआप घरातली सगळ्यांत जड वस्तू कोणती हे समजेल, बरोबर ना?’’

हे ऐकताच कपाळावर हात मारत आजोबा म्हणाले, ‘‘अरे मिहिरू हे ऐकून माझं डोकं जड झालंय!’’

त्यावर मिहिर पटकन म्हणाला, ‘‘मग.. टाकूया का खाली? चला मी करतो मदत..’’

हे ऐकताच त्याचा कान धरत आजोबा म्हणाले, ‘‘काय? तू माझं खाली डोकं वर पाय करणार? आणि मला खाली टाकणार की काय? आंऽऽ’’

मिहिर गांगरलाच.

त्याला काय बोलावं समजेना.

इतक्यात त्याच्या मदतीला आजी आली.

आजी म्हणाली, "मी तर म्हणत्येय, जड आणि हलकी वस्तू जर का उंचावरून एकाचवेळी खाली टाकल्या तर त्या एकमेकासोबतच खाली येतात. हवं तर आपण टाकूनच पाहू?"

आजोबांची झोप उडाली.

आजोबा चिडचिडत म्हणाले, "काऽऽऽय? म्हणजे तू आता मला आणि मिहिरला वरतून खाली फेकणार की काऽऽय?

म्हणजे आमचे हात पाय मोडणार आणि तू मजेत हसणार.

कमालच आहे तुझी!"

आजी फक्त हसली.

आजीने बटवा उघडला आणि त्यातून एक रुपया, दोन रुपये व पाच रुपयाची नाणी बाहेर काढली.

पुस्तकात वाचताना खूण म्हणून घातलेले एसटीचे तिकीट घेतले.

आजोबांच्या हातात एक नाणं आणि एक तिकीट ठेवत ती म्हणाली, "सांगा

बरं यातलं क़ोण जड आहे? एकाचवेळी वरतून फेकल्यावर कोण आधी खाली पडेल?''

आजोबांच्या डोळ्यातून झोप वाहत होती.
आजोबा म्हणाले, ''खरं सांगू का, यातलं कुणी पडण्याआधी मीच जरा या गादीवर आडवा पडतो.'' मिहिरने आजोबांना थोपवून धरलं आणि आजीने गंमत दाखवायला सुरुवात केली.

नाण्याच्या आकारापेक्षा किंचित लहान असा कागदाचा गोल कपटा आजीने कापला.
तो कागद आणि नाणं मिहिरला देत आजी म्हणाली, ''चल, आता हे उंचावरून एकाचवेळी खाली टाक.
लक्षात ठेव हे दोन्ही एकाचवेळी खाली पडले पाहिजेत.''

मिहिर टुणकन कॉटवर चढला.
दोन्ही वस्तू एकदम खाली टाकल्या.
आणि तेच झालं, नाणं टपकन खाली पडलं.
तो कागदाचा कपटा भलतीकडेच उडत गेला.

आजोबा करवादत म्हणाले, ''काहीतरी अशक्य गोष्ट करायला सांगू नकोस या लहान गोड मुलाला.''

''मी काय जड मुलगा आहे का हो आजोबा?'' यावर कपाळाला हात लावत आजोबा म्हणाले, ''अरे भलताच जड प्रश्न विचारलास बुवा!.''

इतक्यात मिहिरने तो कागदाचा कपटा शोधून आणला.
नाणं आणि तो कपटा आजोबांच्या हातात देत तो म्हणाला, ''आता तुमची पाळी.''
आता मात्र आजोबा रागाने थरथरायला लागले.
आता पुढे काय होणार हे आजीने ओळखलं.

आजीने नाणं आणि तो कपटा आपल्या हातात घेतला.
नाणं आडवं धरलं, त्याच्याखाली कपटा ठेवला आणि उंचावरून त्या दोघांना एकदमच खाली सोडलं.
गंमत म्हणजे नाणं व कागद एकाचवेळी खाली पडले.
आजोबा म्हणाले, ''हॅऽ! हे काय कुणीही करेल.
नाण्याच्या वरती कागद ठेवून हीच गंमत करून दाखव.
कळलं का आजीबाई?''

आजी हसली. तिने मान डोलावली.
तिने कपटा नाण्यावर ठेवला व हलकेच दाबला.
नाणं जमिनीला समांतर धरलं आणि एक दोन साडेमाडे तीन...असं म्हणत तिने त्या दोन वस्तू उंचावरून सोडल्या.

आणि पुन्हा एकदा कमाल!
नाणं आणि कपटा एकाचवेळी जमिनीवर पडले!!
यावेळी आजोबा तर अगदी डोळ्यांत तेल घालून पाहत होते.
आता आजोबा आश्चर्याने आजीकडे पाहू लागले.

आजी म्हणाली, ''आता कपटा जेव्हा मी नाण्यावर ठेवला तेव्हा मी तो हलकेच दाबला.

कारण त्यामुळे कपटा व नाणं यात हवा राहणार नाही.

तसंच कागदाचा थोडाही भाग नाण्याच्या बाहेर येणार नाही.

हवा राहिली किंवा कागद बाहेर राहिला तर खाली पडताना, गतीच्या वरच्या दिशेने होणाऱ्या हवेच्या विरोधामुळे कागद सावकाश खाली येईल.

तसंच खाली पडताना नाणं जमिनीला समांतर हवं.

आणि कागद जर नाण्याच्या खालच्या बाजूस ठेवला तर नाणं आपल्या वजनामुळे कागदाला खालीच ठेवतं.

फक्त ही कृती अगदी पटकन करावी लागते नाहीतर दोन्ही गोष्टी वेगळ्या होतात. थोड्याशा सरावाने जमते ही गोष्ट.''

मिहिरकडे पाहात आजोबा म्हणाले, ''काय समजलास काय तू?
तुझी आजी आहेच हुशार!''

''म्हणजे तुमच्यापेक्षा जड ना?''
असं मिहिरने म्हणताच..
आजोबा गादीवर आडवे पडले.

गरमागरम आणि थंडाथंडा

घरात आम्ही सगळे टिव्ही पाहत बसलो होतो.

आपला सचिन दे दणादण धावा काढत होता. सचिनने बॉल फटकावला की आमच्या आरोळ्या, शिट्या सुरू व्हायच्या. आणि इतक्यात.. लाइटच गेले.

सगळ्यांचा मूड ऑफ झाला.

आम्ही सगळे सचिनच्या रन, चौकार, षटकार व प्रत्येक षटकातल्या रन अशा गप्पा मारत असताना अचानक एक नवीन खेळ सुचला.

सर्वांनी मिळून खेळाचं नाव ठेवलं 'गरमागरम आणि थंडा.'

खेळ अगदीच सोपा.

कुणालाही कुठेही खेळता येईल असा.

बसल्या बसल्या किंवा चालता चालता खेळता येईल हा खेळ.

कमीतकमी दोघांत आणि जास्तीजास्त कितीही जणांत खेळावा हा खेळ.

मी मनात ० ते १०० पर्यंतची एक संख्या धरली.

ती संख्या एका कागदावर लिहून तो कागद घडी घालून खिशात ठेवला.

आजोबांना म्हटलं, "ओळखा पाहू माझ्या मनातली संख्या?"

डोळे बारीक करत आजोबा वैतागून म्हणाले, "थांब हं चष्मा लावून पाहतो... तुझ्या मनातली संख्या दिसते का? अरे मी का मनकवडा आहे, तुझ्या मनातली संख्या ओळखायला?"

आजी त्यांना शांत करत म्हणाली, "अहो मनकवडेराव, त्याला प्रश्न विचारा म्हणजे संख्याच काय त्याच्या मनातलं काहीही ओळखता येईल!"

आता आजोबा खुलले आणि मी सावध झालो.

"तुम्ही कुठलाही आणि कसाही प्रश्न विचारला तरी माझी उत्तरं नेहमी सारखी नसणार बरं," असं मी म्हणताच आजोबांनी भुवया उंचावल्या.

समजा मी मनात धरलेली संख्या ३५ असेल आणि तुम्ही म्हणालात ७५ तर मी म्हणेन बहुत थंडा.

मग तुम्ही म्हणाल ५० तर मी म्हणेन थंडाथंडा.

तुम्ही म्हणालात ४० तर मग मी म्हणेन गरमागरम.

मग म्हणालात ३० तरीपण मी म्हणेन गरमागरम.

आणि म्हणालात २० तर मग फक्त गरम."

हे ऐकल्यावर आजोबा म्हणाले, "हां आला लक्षात खेळ.

म्हणजे जी संख्या मनात धरली असेल तिच्या पुढे किंवा पाठी पाच संख्यांपर्यंत गरमागरम.

त्यापासून थोडं लांब गेलं की गरम गरम.

आणि खूप लांब गेलं की थंडाथंडा बहोत थंडा.

आजोबांना थांबवत आजी म्हणाली, "आणि मनातली बरोबर संख्या ओळखली तर....?"

आम्ही सगळे ओरडलो, "तर लगेच म्हणायचं, 'बिलकूल सही!' तो हो जाय शुरू."

आजोबा म्हणाले, "चला मी आजीच्याच मनातली संख्या ओळखतो."

आजी हसली. तिने एक संख्या कागदावर लिहिली.

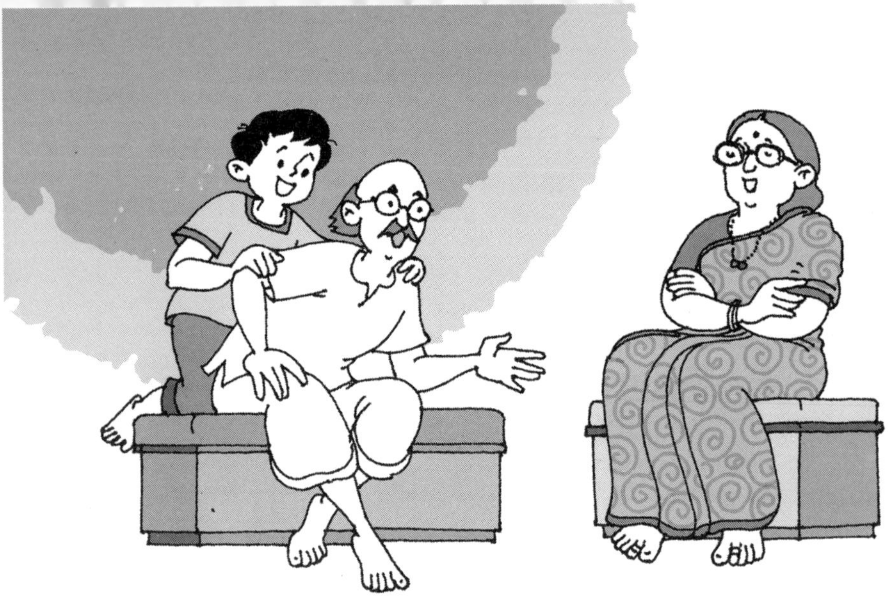

कागदाची घडी केली आणि आजोबांच्याच खिशात ठेवली.
आजोबा मिशीतल्या मिशीत मनापासून हसले.
दोघे मिळून खेळायला लागले.

- आजोबा म्हणाले, "५०." आजी म्हणाली, "थंडाथंडा कूलकूल."
- आजोबा म्हणाले, "७०." आजी हात हलवत म्हणाली, "बहोत थंडा हो गया थंडा."
- आजोबा करवादून म्हणाले, "३०." आजी हसून म्हणाली, "थंडा हो थंडा."
- आजोबा मिशा पुसत म्हणाले, "मग असेल २०." आजी मान डोलवत म्हणाली, "गरम गरम बरं का."
- आजोबांचा चेहरा फुलला,म्हणाले, "१०." आजी डोळे बारीक करत म्हणाली, "गरम गरम हो गरम गरम."
- आजोबा मिशांना पीळ देत म्हणाले, "नक्कीच ५." आजी म्हणाली, "गरमागरम हो गरमागरम, चहा पेक्षाही गरम."

- आजोबा विचारात पडले. आजीकडे बारीक डोळे करत म्हणाले, "१." दोन्ही हातांची बोटं नाचवत आजी म्हणाली, "गरमागरम बाई गरमागरम, तळणीतल्या वड्यापेक्षा ही गरम."

- आता आजोबा विचारातच पडले. त्यांना काही सुचेना. ते चिडून म्हणाले, "०."

- आणि खुसूखुसू हसत आजी म्हणाली, "बिलकूल सही रे माझ्या मनकवड्या, बिलकूल सही!!."

आजोबा आता हसत म्हणाले, "काऽऽय..
बरोबर ओळखला किनई झिरो?"

अंगठ्याला तर्जनी लावून हात हलवत आजी म्हणाली..
"म्हणून तर तुम्ही माझे हिरो!"
यावर आम्ही सगळेच धडधडून हसलो.

आता मात्र हा गरमागरम खेळ थंडाथंडा होण्याआधी
लगेच खेळायला सुरुवात करा.

आजीची भजी

मिहिर अभ्यासाला बसला तेव्हा आजोबा त्याच्यासमोरच निवांतपणे पेपर वाचत बसले. मधेच आजोबांनी पेपरातून डोकावून पाहिलं तर मिहिर गायब.

आजोबांनी इकडे तिकडे जरा पाहिलं पण छे, मिहिरुचा पत्ताच नाही.

दोन मिनिटांत मिहिर आला. पण एक मिनिटांत.. पुन्हा उठला.

पुन्हा दोन मिनिटांनी आला. लगेचच उठण्यासाठी चुळबुळ सुरू.

असं दहा बारा वेळा झाल्यावर मात्र.. आजोबांच्या हातातला पेपर गरम होऊ लागला.

धारदार आवाजात गुरगुरत आजोबा म्हणाले, ''काय रे? आज काय तुम्हांला उठाबशा काढायचा गृहपाठ दिलाय वाटतं? काय चाललंय काय तुझं मगाचपासून?

एका जागी दोन मिनिटं स्थिर बसता येत नाही? आँ?''

''अहो आजोबा, मी झाडांचे अवयव लिहितोय.

म्हणून मग मी आपल्या गॅलरीत जातो, रस्त्यावरची व कुंडीतली झाडं पाहतो आणि त्यांचे अवयव लिहितो.

पण आजोबा, मला सांगा, तुमच्यापेक्षा झाडांचे अवयव जास्ती आहेत का?''
हे ऐकताच आजोबांच्या अवयवातून कळ आली. ते गडबडलेच!

हात चोळत आजोबा म्हणाले, ''अं... ते झाडांचे अवयव कुठले ते तरी मला सांग.''

मिहिर त्याच्या अभ्यासात पार बुडून गेला होता.

तो म्हणाला, ''फळं, फुलं, पानं, किडे, फुलपाखरं, फांद्या, पक्षी, खोड, माती, चिखल, रस्ता, कुंडी, छोटे व मोठे दगड!..''

कपाळाला हात लावत आजोबा म्हणाले, "अरे बापरे!

तुला जर माझे अवयव मोजायला सांगितले तर तू माझ्या अंगावरचे कपडेसुद्धा मोजशील!..

"म्हणजे? तुम्ही कपडे घातले तर मोजणार आणि नाही घातले तर नाही मोजणार!!"

असं मिहिर बोलत असतानाच, स्वयंपाकघरातून आजी बाहेर आली.

आजीला पाहताच आजोबा म्हणाले, "अहो, तुमच्या नातवाला जरा झाडांचे अवयव दाखवा. त्यांचा फारच गोंधळ झालाय."

पदराला हात पुसत आजी म्हणाली, "असं का? नातवाचं नंतर पाहू, आधी मला सांगा.. आज जेवताना तुम्ही कोणकोणती फळं खाल्लीत? कोणकोणत्या बिया खाल्ल्यात? पानं खाल्लीत? आणि खोडं खाल्लीत?..."

आजीला थांबवत आजोबा रागाने थरथरत म्हणाले, "अगं तू काय मला जनावर समजलीस की काय?

मी काय जेवताना पानं, बिया आणि खोडं खातो?

या गोष्टी चरताना खातात... जेवताना नव्हे!

मी घरात जेवतो, कुठे बाहेर जाऊन चरत नाही बरं! कळलं?"

आजोबांना शांत करत आजी म्हणाली, "भलतेच रागावलात बुवा! तुम्हांला जेवताना पानं, फुलं, फळं, बिया आणि खोडं नको असतील तर तसं सांगा. पण मग तुम्हांला तुमच्या आवडीचे पदार्थ अजिबात खाता येणार नाहीत बरं. उदा. बटाट्याची भाजी, आमटी-भात, लसणाची चटणी, मेथीची भाजी आणि कांद्याची भजी! काय चालेल?"

हे ऐकून आजोबा कासावीस झाले!
आणि मिहिरच्या तोंडाला मात्र पाणी सुटलं.

"आजी आज कर ना ग कांद्याची भजी...." असं मिहिरने म्हणताच आजोबांनी मान डोलावली.

आजी म्हणाली, "हो नक्की. पण माझ्या प्रश्नाचं उत्तर काय?"

आता आजोबा चुळबुळत म्हणाले, "हो हो खातो मी पानं, बिया आणि ती खोडं सुद्धा! चला आता भजी होऊन जाऊ द्या."

"अगं आजी, आजोबांप्रमाणे तू पण खातेस का हे सर्व?" असं मिहिरने विचारताच आजोबांचा चेहरा खुलला, भज्यांसारखा फुलला!

"अरे मीच काय...? आपण जेवताना सारेच खातो की पानं, फळं, बिया, खोडं आणि बरंच काही!!" आजीने असं म्हणताच आजोबा आणि नातवाचे चेहरे आश्चर्याने भज्यासारखे फुगले!!

मिहिरला जवळ घेत आजी पुढे सांगू लागली, "पालक, मेथी, चुका, कोबी ही सर्व पानं आहेत. आणि लाल भोपळा, दुधीभोपळा, किंवा काकडी ही फळं आहेत...."

"बापरे! म्हणजे वेलावर लागणारं सगळ्यात मोठं फळ, लाल भोपळा की काय? आणि मग फ्लॉवर हे तर फूलच असणार?"

"फ्लॉवर हे फूल आहे तर तुझ्या आवडीचा बटाटा हे जमिनीतील खोड आहे!

आणि आपण ज्यांच्या कोशिंबिरी करतो ते मुळा, गाजर, बीट ही मुळं आहेत..."

आजीला थांबवत मिहिरने विचारलं, ''पण आजी, आपण कधी कधी भोपळ्याच्या बिया सुकवून खातो. किंवा दुधीच्या भाजून पण खातो. पण आपण रोज-रोज खातो त्या बिया कुठल्या?''

''चांगला प्रश्न विचारलास बरं.

अरे शेंगदाणे, तांदूळ, गहू, मका, काजू या बीया आहेत.

हे पाहा, झाडं हिरवी असतात. त्यांना मुळं, खोड, फांद्या, पानं, फुलं, फळं, बिया इ. अवयव असतात.

सर्वच झाडांना काही सर्वच घटक नसतात.

त्यांना यांतील काही घटक नसले तरी आपण त्यांना वनस्पती या गटात मोजतो.

उदाहरणार्थ गाजर, मुळा यांना खोडच नसतं!''

आजीला थांबवत आजोबा म्हणाले, ''म्हणजे ज्यांची तू आता भजी करणार आहेस ते जमिनीतील खोड आहे की फक्त पानंच आहेत?''

''ते पान पण नाही आणि खोड पण नाही,'' असं आजीने म्हणताच आजोबा गुरगुरले, ''उगाच माझ्या खोड्या काढू नकोस.''

''अहो, कांद्याला फाद्यांशिवाय पानं येतात.

कांदे हे जमिनीतील खोड आणि पानं यांचं मिश्रण आहे बरं!''

हे ऐकल्यावर समाधानाने मान डोलावत आजोबांनी विचारलं, ''तर मग आज भजी कुणाची?''

आजी हसत हसत म्हणाली,
''आज भजी पानांची, फुलांची
खोडांची आणि देठांची सुद्धा!''

ओळखा पाहू,
आजीने कशा-कशाची भजी केली असतील?

जड जादू

जेवण झालं की आजोबा जरा निवांत असतात.

सुटी असल्याने मिहिर पण घरीच होता.

आजोबांना पत्ते खेळायची लहर आली.

त्यांनी मिहिरला खूण करताच मिहिरने कपाटातून पत्त्याचा कॅट काढला. पटापटा आवरून आजी पण आली.

आजीने येताना आजोबांसाठी सुपारी व ग्लासभर पाणी आणलं.

आजीने कॅटमधला जोकर काढला, तो ग्लासवर ठेवला.

त्यावर सुपारी ठेवली.

हे पाहताच आजोबा चिडचिडले, ''हे काय? हे दोन्ही पाण्यात पडलं तर?''

आजी हसत म्हणाली, ''कमालच आहे तुमची!

कुणीच नाही पडणार पाण्यात.

पण ठरवलं तर ही सुपारी पाण्यात पाडता येईल, आणि तेही तिला हात न लावता.''

आजोबा इकडे तिकडे अडकित्ता शोधू लागले.

त्यांची चळवळ पाहत पुन्हा आजी म्हणाली, ''अहो जोकर पाण्यात पडेल म्हटलं....''

आजोबा संतापून म्हणाले, ''काऽऽऽय मला जोकर म्हणतेस?

तू काय स्वत:ला बदामची राणी समजतेस काय?
काहीबाही बोलू नकोस.''

हसू आवरत मिहिर म्हणाला, '' अहो आजोबा आजीचं वाक्यं पुरं तर होऊ दे. अहो हा ग्लासवर ठेवलेला जोकर पाण्यात पडेल, असं तिला म्हणायचं असेल.''

डोळे मिचकावत आजी म्हणाली, ''आहेच मुळी मी बदामची राणी! आता बोला..''

''अहो बदाम आजोबा, आपण पत्ते खेळूया ना?'' असं मिहिरने म्हणताच आजोबा खळखळून हसले.

''आधी सुपारी थोडी भिजवतो.
मग कातरतो.
मग पत्ते पिसतो.'' असं आजोबा म्हणत असतानाच आजीने 'ना ना' करत मान हलवली.
आजोबांनी भुवया उंचावल्या.
''आधी हात न लावता ती सुपारी ग्लासात टाका. मगच पत्ते पिसा.'' असं आजीने म्हणताच आजोबा विचार करू लागले.

इतक्यात मिहिर खाली वाकला.
त्याने सुपारीला जोरात फूक मारली.
सुपारी खाली पडली.
पत्ता उचलला व खाली ठेवला.
सुपारी ओठात पकडून त्याने ती ग्लासात टाकली.
आणि दोन हात वर करत ओरडला, ''चला पिसूया पत्ते.''

आजोबांनी मिहिरला शाबासकी दिली.

मान हलवत आजी म्हणाली, ''सांगताना माझी जरा चूक झाली.
सुपारी तर ग्लासात पडली पाहिजे पण त्याचवेळी सुपारीला शरीराच्या कुठल्याही भागाचा स्पर्श होता कामा नये.

आणि तिला फूक सुद्धा मारायची नाही...''

''म्हणजे थोडक्यात काय...
तर सुपारीला काहीही न करता ती या ग्लासात पडली पाहिजे. हो ना?
अगदी सोपं!
हा पत्ता उचलायचा आणि टाकायची सुपारी ग्लासात.''

तरीपण आजीने 'ना ना' करत मान हलवली.

आता मात्र आजोबा वैतागले.
''तुला पत्ते खेळायचेच नाहीएत म्हणून तू उगाचच काहीतरी कठीण गोष्टी सांगत बसतेस? मला सांग तू तरी करशील का असं?''

आजी हसली आणि पटकन उठली.
तिने टेबल मोकळं केलं.
टेबलावर एक पातळ चादर घातली.
त्यावर कपबशी ठेवली.
तांब्याभांडं ठेवलं.
स्टीलची दोन ताटं पण ठेवली.
आणि त्याच्या बाजूला आजोबांचा अडकित्ता पण ठेवला.

कंबरेवर हात ठेवून आजी म्हणाली, "तुम्हांला अगदी सोपी गोष्ट सांगते. तितकी केलीत की लगेचच पत्ते खेळायला येते. टेबलावरच्या या वस्तूंना अजिबात स्पर्श न करता, ही चादर काढायची आहे.... मी एक ते दहा अंक म्हणायच्या आत. आपका समय शुरू होता है अब..."

मिहिरने तोंडाचा चंबू करताच आजी म्हणाली, "फूक मारून अडकित्ता आणि तांब्याभांडं जर हलवता येत असेल तर माझी काहीच हरकत नाही."

पत्ते पिसत मिहिर म्हणाला, "आजी हे काम तू कर.

सुपारीचं काम मी आणि आजोबा मिळून करतो. ओके?"

आजोबा आणि मिहिरला कळण्याआधीच आजीने त्या पातळ चादरीची दोन टोकं हातात धरली.

आणि एका क्षणात जोरात खसकन ओढली.

टेबलावरच्या वस्तू जरा डुगडुगल्या पण जागच्या जागीच राहिल्या..

मात्र ती पातळ चादर आजीच्या हातात आली.

एका सेकंदापेक्षा कमी वेळात ही घटना घडली.

आजोबा आणि मिहिर तोंडाचा आऽऽ करून पाहातच राहिले!

आजीने चादर झटकत डोळे उडवले.

"मी हा पत्ता जोरात खेचतो म्हणजे ही सुपारी ग्लासात पडेल.

चादरीची आयडिया गेली उडत." असं आजोबांनी म्हणताच त्यांचा हात धरत मिहिर म्हणाला, "थांबा. मीच उडवतो..."

मिहिरने टुणकन उडी मारली.

आणि ग्सासवर ठेवलेल्या जोकरला जोरात टिचकी मारली.

जोकर सणसणत पुढे गेला पण सुपारी मात्र ग्लासात पडली.

आजोबा मिहिरला टाळी देत म्हणाले, ''ग्लासात पडली सुपारी, चला पत्ते खेळा दुपारी.''

मिहिर डोकं खाजवत म्हणाला, ''आजी मी पण काढतो ना चादर, तुझ्यासारखीच.''

पदर खोचत आजी म्हणाली, ''अरे आधी समजून घे बरं.

जे स्थिर पदार्थ असतात ते नेहमी स्थिर राहण्याचा प्रयत्न करतात.

तर एकाच गतीने सरळ रेषेत जाणारे पदार्थ आपली गती तशीच ठेवण्याचा प्रयत्न करतात.

पण बाहेरुन जर काही त्यांना वेगळी प्रेरणा लावली तर मात्र त्यात बदल घडून येतो.

पण गंमत म्हणजे ही बाह्य प्रेरणा जर झटकन लावली तर त्या पदार्थांचं 'जडत्व' ही गती स्वीकारत नाही.

ते तसेच स्थिर राहतात...''

''हां. म्हणून तू झटकन चादर ओढलीस तेव्हा टेबलावरच्या वस्तूंनी आपली जागा सोडली नाही तर त्या क्षणभर डुगडुगल्या...

पण तिथेच राहिल्या, त्यांच्या जडत्वामुळे! हो ना?''

मिहिरनं असं म्हणताच आजी खळखळून हसली.

''चला आता एका जड माणसाबरोबर पत्ते खेळूया....''
आजीचं हे वाक्य पुरं होण्याआधी..
कुणीतरी म्हणालं, ''आहेच.. बदामची राणी हुशार..!''

हे कोण म्हणालं असेल?
आणि का म्हणालं असेल?

रंगीत डिस्को

आज बऱ्याच दिवसांनी मिहिरला त्याचे बाबा भेटले.

मिहिरला गप्पा मारायचा मूड होता.

मागच्यावेळी बाबांनी त्याला एक निळ्या रंगाचा मस्त टीशर्ट आणला होता. मिहिरने तोच घातला होता. भुवया उंचावत बाबांनी विचारलं, "काय.. तुझ्या मित्रांना आवडला का हा टीशर्ट?"

डोळे बारीक करून आणि गाल फुगवून मिहिर म्हणाला, "हो! पण शंतनू सोडून बाकी सगळ्यांना आवडला."

बाबांना कळेना हा काय प्रकार आहे? यात न आवडण्यासारखं काय आहे?

त्यांनी काही विचारण्या आधीच मिहिर म्हणाला, "बाबा हा टीशर्ट निळा आहे किनई?

पण याच्याकडे पाहून शंतनू म्हणाला, 'हा कुठला हिरवा टीशर्ट आणलास?' हे ऐकल्यावर मी तर चाटच पडलो.

हा काय हिरवा आहे का?

मी त्याला सांगितलं हा निळा आहे!

तर तो मलाच हसत म्हणाला, 'हॅं! मला तर हिरवा दिसतोय!! निळा असता तर मला पण आवडला असता.' बाबा, का हो असं बोलला तो?

म्हणजे तो मला मुद्दामहून चिडवायला बोलला की त्याने माझी मस्करी केली?"

मिहिरच्या केसात प्रेमाने हात फिरवत बाबा म्हणाले, "अरे शंतनूचं बरोबरच आहे.

काहीजणांना निळा रंग हिरवा दिसतो. पण ते त्यांनाच माहीत नसतं.

कारण वेगवेगळ्या रंगांना डोळ्यांनी ओळखायची कुवत प्रत्येक माणसात सारखीच नसते.''

''बाबा मला सांगा, पांढरा चेंडू हा पांढराच असतो ना? म्हणजे रंग हा त्या पदार्थाचा गुणधर्मच आहे की नाही?

अं... मला असं म्हणायचं आहे..

की पांढरा चेंडू हा नेहमी पांढराच दिसतो तर मग इतरांना तो वेगळा का दिसतो?''

मिहिरची बोलताना थोडी गडबड झाली. पण त्याला नेमकं काय विचारायचं आहे याचा बाबांना अंदाज आला.

''सांगताना तुझी काय गडबड होतेय ते मला समजतंय.

पहिली गोष्ट म्हणजे पदार्थाचा अंगभूत गुणधर्म रंग नव्हे तर त्याचा आकार असतो.

चेंडू गोल असतो म्हणजेच तो सदैव गोल असतो.

पण वस्तूचा रंग हा त्याच्यावर पडणाऱ्या प्रकाशावर अवलंबून असतो.

पांढरा चेंडू पांढऱ्या प्रकाशात पांढरा दिसतो तर निळ्या प्रकाशात काळसर दिसतो.

पण काळोखात त्या चेंडूला रंगच असत नाही.

कळतंय ना तुला?'' असं बाबांनी विचारताच मिहिरने आपसुक मान हलवली.

''अं.. समजा सिग्नलमधला लाल रंग जर कुणाला हिरवाच दिसला तर ॲक्सिडेंटच होईल की!

आणि मला सांगा जगात सगळीकडेच 'धोका किंवा थांबा' असं सुचवण्यासाठी हा लाल रंगच का वापरतात?

दुसरा कुठला रंग का नाही वापरत?''

बाबा हसले आणि म्हणाले,''चांगला प्रश्न विचारलास.

मानवी डोळ्यांतील पडद्यावर असलेल्या रंगपेशींना लाल रंग सर्वात जास्त उत्तेजित करतो.

त्यामुळे सर्व रंगात केवळ लाल रंग लगेच लक्ष वेधून घेतो.

म्हणूनच 'थांबा,धोका' ही खूण लाल रंगाची असते.''

"हां! म्हणूनच दिव्यांच्या रोषणाईत पण लाल रंगाचे दिवे जास्ती असतात."
"अगदी बरोब्बर!"

"पण आपल्याला हे रंग दिसतात कसे?
म्हणजे आपल्या डोळ्यांना जो रंग दिसतो तोच त्याचा रंग असतो ना?
अं.. बाबा माझा पुन्हा काहीतरी गोंधळ होतोय."

"तुला एकाचवेळी खूप प्रश्न विचारायचे असतात म्हणून तुझा थोडा गोंधळ होतो.
डोळ्यांना दिसणाऱ्या पदार्थाचा रंग दोन घटकांमुळे ठरतो.
डोळ्यासमोर 'जे आहे'
आणि
डोळ्यांना 'जे दिसतं'
या दोन घटकांमधे फरक असू शकतो बरं.
पदार्थावर पडलेल्या सर्व रंगांचे परावर्तन करणारी वस्तू पांढरी दिसते.
आणि सर्व रंग शोषणारी वस्तू काळी दिसते..."

"पण बाबा, मला सांगा इंद्रधनुष्याचे रंग असणारी चकती जर गोल फिरवली तर पांढरा रंग दिसतो. हा प्रयोग एकदा मी आणि आजीने केला होता.
पण पांढऱ्या रंगाची किंवा काळ्या पांढऱ्या रंगाची चकती जर जोरात फिरवली तर कुठले रंग दिसतील?"

"अतिशय चांगला आणि सुंदर प्रश्न आहे हा. आणि याचं उत्तर तुला माहीतच आहे, 'चला करून पाहूया'. तो फिर हो जाए शुरू."

बाबांनी एक जुनी सीडी आणली.
तिच्या मापाचा एक पांढरा कागद गोल कापला.
तो त्यावर चिकटवला.
बाबांनी सांगितल्याप्रमाणे मिहिरने त्या पांढऱ्या गोलाचा अर्धा भाग काळ्या रंगाने रंगवला.
आता अर्धा गोल पांढरा तर अर्धा काळा झाला.
मग बाबांनी काळ्या रंगाचं स्केच पेन घेऊन पांढऱ्या भागावर छोट्या छोट्या अर्धवर्तुळाकार रेषा काढल्या.

त्यापण जास्ती नाही, तीन-तीन रेषांचे तीनच पुंजके. अगदी छोटे.

तेही एकमेकांच्या जवळ-जवळ.

आता या सीडीच्या मधल्या भोकात पेन्सिल घातली आणि सीडी गोल-गोल फिरवली. अगदी वेगात फिरवली..

तर काय चमत्कार!

त्या सीडीवर रंगीत रेषांची वर्तुळं फिरत आहेत, असं दिसू लागलं.

मिहिर तर आनंदाने वेडापिसा होऊन ओरडला, ''वॉव! कमाल की धमाल!!''

त्याने घरभर धावत जाऊन सगळ्यांना ही गंमत दाखवली.

'आता उद्या मी शाळेत पण घेऊन जाणार, माझ्या मित्रांना दाखवायला' अशी

त्याची भुणभुण सुरू झाली.

मग धावत येऊन बाबांच्या मांडीवर बसत त्याने विचारलं, ''पण असं का?

इथे तर फक्त काळा-पांढराच रंग आहे.

म्हणजे एक सर्व रंग शोषणारा तर दुसरा सर्व रंगांचं परावर्तन करणारा.

पण ही सीडी गोल फिरू लागल्यावर मात्र त्यावर निरनिराळ्या रंगांचा नाच सुरू होतो!!

एकदम रंगीत डिस्को?

असं का?''

''याचं उत्तर अगदी सोपं आहे.

काळ्या व पांढऱ्या रंगांच्या संवेदना झपाट्याने एकामागे एक अशा डोळ्यांच्या पडद्यावर पडत राहिल्या तर..

मेंदूचं असमान उत्तेजन होऊन रंगांची वर्तुळं दिसतात.

काय समजलं काय?''

''बाबा आता मला तुम्हीसुद्धा रंगीत दिसताय'',
या मिहिरच्या बोलण्यावर घरातले सगळेच हसले.

पण तेव्हा बाबा म्हणाले,
''मिहिर, आता ती सीडी विरुद्ध दिशेने फिरवून बघ.
आणि पाहा बरं काही फरक पडतो का?''

तुम्हांला काय वाटतं?
दिशा बदलल्याने फरक पडेल?
रंगीत वर्तुळं दिसतील?
ती वर्तुळं फिरतील?
की काहीच होणार नाही?

ग्लास जादू

"आजोबा आजोबा मला किनई एक बांबू पाहिजे आहे.

म्हणजे एक छोटासा पोकळ बांबू. म्हणजे काही एकदम छोटा नाही बरं.

म्हणजे हाता एव्हढ्या लांबीचा. म्हणजे काही पूर्ण हाताच्या नव्हे तर कोपरापासून बोटापर्यंत लांब. तर... तर... कुठे मिळेल असा बांबू मला? सांगा ना..."

मिहिरला थांबवत आजोबा म्हणाले, "अरे जरा धीराने घे.

तुला नक्की बांबू केव्हढा हवाय आणि कशाला हवाय? ते तरी सांग."

ओठाचा चंबू करत मिहिर म्हणाला, "दिवसभर वाजवायला मला बासरी तयार करायची आहे!"

आजोबांना पुढच्या धोक्याची जाणीव झाली.

'दिवसभर बासरी फुंकत बसलेला मिहिर..

आणि कानात बोळे घालून व डोकं गच्च दाबून बसलेले आपण' असं दृश्य त्यांना दिसू लागलं.

आज़ोबा भीत भीत म्हणाले, "पण त्यापेक्षा दुसरं एखादं वाद्यं नाही का चालणार?

म्हणजे यापेक्षा थोड्या हळुवार आणि मंजूळ आवाजाचं वाद्य?"

मिहिरने आनंदाने मान हलवली.

"आत जा आणि चार-पाच रिकामे काचेचे ग्लास आणि तांब्याभर पाणी घेऊन ये. शिकवतो तुला एक मस्त वाद्य." असं आजोबांनी म्हणताच मिहिर

पळतच स्वयंपाकघरात गेला.

आजोबांची ऑर्डर मिहिरने आजीकडे पास केली.

आजी वैतागून म्हणाली, "अहो जेवायची वेळ झाली आणि तुम्ही ही वाद्यं कुठली वाजवता आहात?

आणि आता काही वाजवायचंच असेल तर वाजवा शंख, माझ्या नावाने!"

दोन हातात तीन ग्लास घेऊन मिहिर बाहेर आला.

पाठोपाठ एका हातात तीन ग्लास व दुसऱ्या हातात तांब्याभर पाणी घेऊन आजी बाहेर आली.

तोपर्यंत आजोबांनी एक छोटीशी स्टीलची पट्टी पण शोधून ठेवली होती.

'रिकाम्या ग्लासाचं कुठलं वाद्य?' असा विचार करत मिहिरने एका रांगेत ते सहाही ग्लास ठेवले. आता आजोबा जरा सरसावून बसले. आता हातातली पट्टी नाचवत ते काही बोलणार तोच आजीने खूण करून त्यांना थांबवलं.

हे पाहा मी एक छोटंसं 'ग्लास कोडं' घालते.

ज्याला कोडं सुटेल त्यालाच जेवायला मिळेल. बाकीच्यांनी बसा शंख करत.

पोटावरून हात फिरवत आजोबा म्हणाले, "आता माझ्या पोटात भुकेचा शंख वाजतोय. तरी कोडं सोपं हवं."

आजी हसली. आजीने तिसऱ्या, चवथ्या व पाचव्या ग्लासात पाणी ओतलं. हे तीनही ग्लास पाण्याने भरले.

आजी म्हणाली, "आता लक्ष देऊन ऐका, आता इथे तीन भरलेले व तीन रिकामे ग्लास आहेत.

आता एक भरलेला व एक रिकामा अशा क्रमाने हे ग्लास एका ओळीत मांडायचे आहेत. पण त्यासाठी अट एकच आहे.

तुम्ही एका वेळी एकाच ग्लासाला स्पर्श करू शकता किंवा हलवू शकता.. आणि यासाठी आहे तुम्हांला फक्त एकच संधी... ज्यांना हे जमणार, तेच मग जेवणार!"

आजोबांनी मिशांवरून हात फिरवला.

मिहिरने डोकं खाजवलं.

आजोबा ग्लासावरून हवेतल्या हवेत हात फिरवत काहीतरी पुटपुटू लागले.

ते खाली वाकून एक नंबरचा ग्लास हातात घेणार इतक्यात मिहिर किंचाळला, ''थांबा आजोबा, हा नाही तो तीन नंबरचा ग्लास घ्यायचा असावा...''

त्याक्षणी मिहिर व आजोबांनी आजीकडे आशेने पाहिलं.

आजी हसून म्हणाली,

''दोघांची बेरीज...
कामापुरता मामा...
झाला रिकामा.
मामाच्या घरात मामा बसला पाटावर...
गरमागरम जेवण आहे तैयार टेबलावर!!''

''आजोबा आपल्या आजीने क्लू दिलाय.

आपण या मंत्राचा पाठलाग करू या म्हणजे हे कोडं पटकन सुटेल.

मी आजीचा मंत्र म्हणतो, त्याप्रमाणे तुम्ही काम करा.

हं. दोघांची बेरीज..''

''मी म्हणालो 'पहिला' ग्लास आणि तू म्हणालास 'तिसरा' ग्लास.

आता दोघांची बेरीज म्हणजे नक्कीच चवथा ग्लास. पुढे बोल.''

"कामापुरता मामा, झाला रिकामा."
"हा चवथा ग्लास कामापुरता मामाच आहे.
तो रिकामा झाला म्हणजे तो कुठल्यातरी ग्लासात ओतला पाहिजे.
अं कुठल्या ग्लासात हा ओतावा? पहिल्या.. दुसऱ्या.. की सहाव्या?"

आजोबा मनातल्या मनात हिशोब करत असताना मिहिर ओरडला, "आजोबा.. तुमच्या.. पहिल्या ग्लासात ओता हा मामा! आणि या मामाला पुन्हा त्याच्या जागेवरच बसवा!! मस्त कोडं हे कुणालाही चकवा!!"

"व्वा! अगदीच सोपं कोडं!!

पण ग्लासच्या बदली मस्त मोठे वाडगे आणि..
पाण्याच्या बदली टॉमेटो सूप घेतलं असतं तर जरा या कोड्याला 'चव' आली असती."

हे ऐकताच आजी म्हणाली, "अजिबात नाही.
मग मी त्यावेळी ग्लासांचा क्रम बदलला असता..."

"आणि मग तो 'कामापुरता मामा' पण बदलला असता. हो ना?"

तुम्हांला काय वाटतं?
रिकाम्या आणि भरलेल्या ग्लासांचा क्रम बदलून
ही जादू तुम्हांला करता येईल?
त्यावेळी कामापुरता मामा कोण असेल?

वजनदार कोण?

रोज सकाळी भाजीवाली येते.

पण त्यावेळी नेमका मिहिर शाळेत गेलेला असतो.

परवा मिहिरच्या शाळेला सुटी होती. भाजीवाली आली त्यावेळी आजी पोळ्या करत होती.

आजीने मिहिरच्या मदतीने भाजी घेतली.

आजी म्हणाली, ''खातेस का ग, गरमागरम पोळीभाजी? खाऊन घे दोन घास.'' भाजीवाली दोन घास खायला बसली.

आणि मिहिरने भाजीवालीला विचारून तिचा तराजू प्रयोग करण्यासाठी घेतला.

ताटाचं वजन. वाटीचं वजन. भांड्याचं वजन. शर्टाचं वजन. आजोबांच्या चष्म्याचं वजन. मिहिर हाताला येईल त्या वस्तूचं वजन करत सुटला.

मग दोन सारख्या दिसणाऱ्या वस्तूंपैकी कुठली वस्तू जड आणि कुठली हलकी हे शोधू लागला.

त्याने पुन्हा भांडी, वाट्या, पेन्सिली, रुमाल अशा काही वस्तू गोळा केल्या.

''अरे कितीवेळ खेळत बसणार? तिला उशीर होईल. त्यापेक्षा तू एखादी जादू का करत नाहीस, म्हणजे दोघांनाही गंमत पाहता येईल.'' असं आजीने म्हणताच मिहिर तयार झाला.

आजीने दोन काचेचे ग्लास आणले. एक पाण्याची बाटली आणली.

''आता नीट ऐक. या दोन्ही ग्लासांत अगदी सारखं पाणी भरायचं.

आणि या दोन्ही ग्लासांचं वजन सारखं करायचं.

दोन्ही ग्लास तराजूत समोरासमोर ठेवल्यावर तराजूची दांडी जमिनीला समांतर राहिली पाहिजे.''

मिहिरने मदतीच्या आशेने भाजीवालीकडे पाहिलं.
ती समजली.
तिचं नाव सोनू. सोनू म्हणाली, ''चल पटापट आपण दोघं मिळून करू.''
मिहिरने ग्लास घेतले.
दोघांनी मिळून प्रत्येक ग्लासात २/३ पाणी ओतलं.
मग एकेका पारड्यात ग्लास ठेवले.
ज्या ग्लासाचं वजन जास्त होतं त्यातलं पाणी थोडं-थोडं कमी केलं.
आता दोन्ही ग्लास बरोबर तोलले गेले.
दोघांचं वजन समान झालं.
कारण त्याक्षणी तराजूची दांडी जमिनीला समांतर झाली. आणि तराजूचा काटा सरळ आणि स्थिर झाला.

मिहिरने आनंदाने टाळ्या वाजवल्या आणि म्हणाला, "आजी आता सांग काय करू?"

"हं. आता तुमचे हात पाहू बरं."

दोघांनी आपले हात दाखवले.

त्यावेळी तराजू आजीने हातात घेतला.

"हं. ऐका! आता ग्लासला हात न लावता आणि पाण्यात कुठलीही वस्तू न टाकता पण तुमच्या हाताचा उपयोग करून ग्लासचं वजन वाढवायचं आहे.

आणि हो, फुंक मारून हे पारडं हलवायचं नाही."

हे ऐकल्यावर सोनू आणि मिहिर विचारात पडले.

मिहिर हातवारे करत ओरडत म्हणाला, "हाऽऽ म्हणजे हाताचा उपयोग करून त्या पारड्यात आणखी एखादी वस्तू ठेवून चालेल तर?..."

आजीने फक्त नकारार्थी मान हलवली.

सोनू म्हणाली, "मग एका ग्लासातलं पाणी काढून घेतलं तर चालेल का?"

"चांगला प्रश्न विचारलास. अगं जर का आपण एकाच ग्लासातून पाणी काढून घेतलं तर तो ग्लास हलका होईल नाही का? आपल्याला तोच ग्लास जड करायचा आहे. हे बघ, 'हाताचा उपयोग आणि ग्लास' हा त्यातला क्लू आहे."

हे ऐकताच मिहिर ओरडला, "लग गयी बत्ती!"

मिहिर ग्लासाच्या अवती भवती हात फिरवत असतानाच सोनूची पण घाई सुरू झाली.

आजी हातात तराजू घेऊन बसलेली.

प्रत्येक पारड्यात एक ग्लास. दोघांचं वजन समान.

मिहिर आणि सोनूच्या गडबडीत मिहिरचं बोट पाण्यात बुडालं.

आणि काय चमत्कार!!

त्या ग्लासचं वजन वाढलं!! ते पारडं खाली गेलं.

मिहिरने दचकून पाण्यातलं बोट बाहेर काढलं.

आणि पुन्हा एकदा दोन्ही ग्लासांचं वजन सारखं झालं!!

मिहिर आणि सोनूने कडकडून टाळ्या वाजवल्या.

पण अचानक टाळ्या वाजवताना सोनू थांबली.

डोळे मोठे करून आजीकडे पाहत म्हणाली, ''पण असं कसं झालं ग आजे? ग्लासात नुसतं बोट बुडवलं तर त्याचं वजनच वाढलं? मग या पारड्यातल्या भाजीला जर मी माझं बोटं लावलं तर त्या भाजीचं पण वजन वाढेल?''

आजीने विचारलं, ''पाण्यात बोट बुडवल्यावर काय होतं?''

''आपलं बोट ग्लासातलं पाणी बाजूला सारतं आणि ग्लासातल्या पाण्याची पातळी वाढते.''

''बरोबर. शाबास!

बोटाने पाणी बाजूला सारलं की पाण्याचा वरच्या दिशेने पडणारा दाब बोटावर कार्य करतो. आणि हा दाब बोटाने बाजूला सारलेल्या पाण्याच्या वजनाइतका असतो...''

"हाँ! आत्ता समजलं!!

म्हणजे पाण्यात बोट बुडवल्याने तितक्याच आकारमानाचे पाणी ग्लासात ओतलं आहे, असं म्हणता येईल.

त्यामुळे पाण्याची पातळी वाढते आणि वजनही वाढतं!

आणि बोट बाहेर काढल्यावर पाणी पुन्हा समपातळीत येतं. हो ना आजी?"

"भले शाबास! बिलकूल सही!!" असं म्हणत आजीने मिहिरची पाठ थोपटली.

पण तरी सोनू किरकिरली,
"आवो, नुसतं बोट लावलं तरी,
त्या माझ्या भाजीचं पण वाढेल का वजन?"

"अगं करून पाहा म्हणजे समजेल! का मी करू मदत?"

ओळखा पाहू,
हे शेवटचं वाक्यं कोण बोललं असेल?
आणि मग सोनूने काय केलं असेल?
आणि
कुणाचं वजन वाढलं असेल?

जाडी बारीक पेन्सिल

मिहिरने घरी आल्याआल्याच ,'भूक भूक' ओरडायला सुरुवात केली.
आजोबांनी त्याला जवळ बोलावलं आणि त्याच्या कानात काहीतरी सांगितलं.
त्याबरोबर मिहिरचा 'भूक भूक' गजर आणखी जोरात वाजू लागला.

पदराला हात पुसत आजी लगाबगा बाहेर आली.
शांत बसलेल्या आजोबांकडे पाहत ती वैतागून काही बोलणार तोच आजोबा म्हणाले, "अगं नातवाला भूक लागलीय तर जरा पापड भाजा, मिरच्या तळा, आमटीला लसणीचा मस्त तडका द्या."

कपाळावर हात मारत आजी पुटपुटली, "भूक नातवाला लागलीय आणि डोहाळे आजोबांना लागलेत!"

मिहिर भराभरा हातपाय धुऊन आला आणि गयावया करत म्हणाला, "आजी आज प्लीज जेवल्यानंतर कपडे बदलतो. चालेल?"

आणि आजीने परवानगी दिलीच आहे असं समजून जेवायला बसू लागला.

आजीचं लक्षं नाहीसं पाहून आजोबा त्याला ढकलत हळूच म्हणाले, "अरे त्या पापड- मिरचीची आजीला आठवण कर."
मिहिर बसता बसता धडपडला आणि त्याच्या खिशातली पेन्सिल पाण्याच्या ग्लासात पडली तर एक रुपयाचं नाणं पाण्याच्या तांब्यात पडलं.

मिहिर ती पेन्सिल पाण्याच्या बाहेर काढणारच होता..

इतक्यात आजी म्हणाली, "मिहिर बाळ तुला तळलेल्या मिरच्या आवडतात ना? मग त्या तळेपर्यंत तुला एक काम सांगते."

'तळलेल्या मिरच्या' हे शब्द ऐकताच आजोबा खुशीत येऊन म्हणाले, "हं मला सांग काम."

"ग्लासात पडलेल्या पेन्सिलीचं नीट निरीक्षण करायचं.

मग त्या तांब्यात पडलेलं नाणं पाहायचं.

मग मी तुम्हांला तीन प्रश्न विचारीन.

तीन पैकी दोन उत्तरं बरोबर आली तरच मिळतील तुम्हांला तुमच्या आवडत्या तळलेल्या मिरच्या.

नाहीतर खा नुसते भाजके पापड!"

आजोबा मिहिरवर कुरकुरत म्हणाले, ''काय रे कपडे बदलायला कितीसा वेळ लागतो? आता हे नवीनच काम माझ्या मागे लागलं.''

आजोबांच्या मांडीवर बसत मिहिर म्हणाला, ''पण मी आहे ना तुमच्या मदतीला!''

आजोबा आणि मिहिरने पाच मिनिटं वेळ घेऊन नीट निरीक्षण केलं.
तोपर्यंत आजीचं पण काम झालं.

मिहिर सांगू लागला, ''पाण्याचा ग्लास सुमारे दोन तृतीयांश भरलेला आहे.
पेन्सिल ग्लासात तिरकी पडलेली आहे.
पण पाण्यातला पेन्सिलीचा भाग थोडासा पुढे सरकलेला वाटतो..''
त्याला थांबवत आजोबा म्हणाले, ''आणि हो, थोडासा जाडही वाटतो.''

''म्हणजे थोडक्यात पेन्सिल मोडल्यासारखी पण वाटते.
हो ना?'' असं आजीने विचारताच दोघांनी मान हलवली.

आजोबा पोटावर हात फिरवत म्हणाले, ''चला आता जेवूया.''
''अं हं! आधी तीन प्रश्न.
१. ही पेन्सिल अशी मोडलेली का दिसते?
२. पाण्यातली पेन्सिल जाड का दिसते?
३. ते पाण्यात पडलेलं नाणं आपल्याला ज्या ठिकाणी दिसतं, त्याच ठिकाणी ते असतं
का? की थोडं पुढे –मागे असतं?

आजोबा विचार करू म्हणाले, ''पहिल्या प्रश्नाचं उत्तर माझ्यासाठी सोपं आहे.
प्रकाश नेहमी एका सरळ रेषेत प्रवास करतो.
आणि प्रत्येक माध्यमात त्याची प्रवास करण्याची गती ही वेगवेगळी असते.
म्हणजे काचेतून आणि पाण्यातून प्रवास करताना प्रकाश किरणांची गती वेगवेगळी असते.
त्यामुळेच एका माध्यमातून दुसऱ्या माध्यमात प्रवेश करताना प्रकाश किरणांची दिशा बदलते. ते वाकतात.

पेन्सिलीच्या वरील भागातून येणारे किरण हवेतून येतात तर तिच्या खालील भागातून येणारे किरण हे पाण्यातून येतात.

किरणांच्या गतीतील फरकांमुळे खालील किरण वाकडे होऊन डोळ्यांकडे येतात.

हे येणारे प्रकाशकिरण वाकल्यामुळे आपल्याला प्रत्यक्ष पेन्सिल असते त्यापेक्षा किंचित सरकल्यासारखी दुसऱ्या जागी दिसते.'' आजोबा बोलायचे थांबले.

घोटभर पाणी पिऊन म्हणाले, ''पण ती जाड का दिसते हे काही मला पटकन सांगता येणार नाही.''

मिहिरने भुवया उडवत आजीला खूण केली.

आजीने हवेत एक चुटकी वाजवली,

ग्लासातल्या पाण्यात बोट बुडवलं आणि.. ग्लासावर टिचकी मारत त्याच्या कडेवर हात फिरवत ती म्हणाली, ''माझा प्रवास.''

मिहिरला क्लू मिळाला. तो म्हणाला, ''हां कळलं. ग्लासाची गोल काच आणि पाणी यामुळे पेन्सिलीपासून येणारे किरण भिंगातून आल्याप्रमाणे पसरतात आणि.. पेन्सिल आपल्याला जाडी दिसते.''

मिहिरला शाबासकी देत आजी म्हणाली,
''अरे अस्वलांना विज्ञानाची माहिती असते.
पाण्यात प्रत्यक्षात ज्या ठिकाणी मासा दिसतो,
खरंतर त्याठिकाणी तो नसतोच.
पण तरीही अस्वलं पाण्यातला मासा नेमका पकडतात.''

''म्हणजे आजी,
प्रकाशाचं वक्रीभवन होतं आणि..
मासा दुसऱ्या जागी दिसला तरी प्रत्यक्षात तो नेमका कुठे असला पाहिजे
याचं ज्ञान अस्वलांना असतं तर!''

आता आजी काही बोलण्याआधीच,
आजोबा तिचं लक्ष वेधण्यासाठी पोटावर हात फिरवू लागले.

आजी हसून म्हणाली, ''आता मी तुम्हांला तिसरा प्रश्न काही विचारत नाही.
तसा तो काही फार कठीण नाही.
पण तरीपण तुम्हांला नाही आला तर मग
खा त्यासाठी तळलेल्या मिरच्या!''

तुम्हांला काय वाटतं,
त्या तिसऱ्या प्रश्नाचं उत्तर काय असेल?
अस्वलांपेक्षा तुम्ही शहाणे आहात
असं वाटतं का तुम्हांला?

ढगांची फॅक्टरी!

रविवारची दुपारची वेळ म्हणजे सगळे जरा निवांतच असतात.

आई म्हणाली, ‘‘आज संध्याकाळी काही तरी वेगळं बनवूया. रोज तेच तेच करून अगदी कंटाळा आलाय.’’

हे ऐकल्यावर लगेच आजोबा आणि बाबा सरसावून बसले.

ऐटीत केसावरून हात फिरवत बाबा म्हणाले,‘‘मस्त झमझमीत काहीतरी बनवा बुवा. खाल्ल्यावर जिभेला चांगली धार आली पाहिजे.’’

आजीकडे पाहत आजोबा म्हणाले, ‘‘काहीही बनवा चमचमीत किंवा चटकदार. पण फार जड नको हं. अगदी हलकं-फुलकं बनवा. एकदम लाइट.’’

‘‘म्हणजे अगदी ढगासारखं हलकं-फुलकं का?’’

असं मिहिरने म्हणताच समाधानाने मान हलवत आजोबा म्हणाले, ‘‘येस यू आर राइट! ढग इज लाइट!!’’

‘‘चांगली कल्पना आहे तुझी!

आपण लाइट ढगच बनवूया की!!’’ असं आजीने म्हणताच आजोबांचा चेहरा फुटलेल्या ढगासारखा झाला.

आजोबा तणतणले, ‘‘अगं घरात कसा काय ढग बनवणार?

आणि हे ढग का कुणी खातात? कमालच आहे तुझी.’’

आजी शांतपणे म्हणाली, "हे पाहा खाण्याच्या गोष्टींची सुरुवात तुम्हीच केली आहे.

मिहिरची आई म्हणाली, 'काहीतरी वेगळं बनवूया.' काहीतरी खाण्याचं बनवूया असं नाही हो म्हणाली ती!

तुम्हांलाच काहीतरी सारखं चापायला किंवा चघळायला हवं असतं. हो ना?"

आता आजोबा चिडचिडण्या अगोदरच बाबा म्हणाले, "घरात बनवा ढग. आम्हीही मदत करतो त्याला.

पण फार मोठा बनवू नका बरं.

नाहीतर लोकं म्हणतील, 'मिहिरचे आजोबा आणि बाबा गेले ढगात!"

आजी हसतच किचनमधे गेली.

२ लिटर आकारमानाची मऊ प्लॅस्टिकची पारदर्शक बरणी घेऊन आली.

गॅसवर तीन कप पाणी गरम करत ठेवलं.

मिहिरला खूण करताच तो एक काडेपेटी घेऊन आला.

आजोबा हे सारं पाहत म्हणाले, "अगं पाणी गरम करत ठेवलं आहेस? त्या ढगांना चहा देण्याचा तर तुझा विचार नाही ना?

म्हणजे सोबत चघळायला बिस्किटं पण असतील तर बरं! कसं?"

मिहिर ओरडला, "आजी पाणी तापलं."

आजोबा लगबगीने जाऊन ते गरम पाणी घेऊन आले.

आता आजी कामाला लागली.

आजीने त्या प्लॅस्टिकच्या बरणीत २ सें.मी. उंचीपर्यंत गरम पाणी ओतलं.

मग बरणी आडवी ठेवली.

काडेपेटीतील दोन तीन काड्या पेटवून थोड्या जळू दिल्या.

मग त्यावर जोरात फुंकर घालून त्या विझवल्या.

आता त्या काड्यांतून धूर येत असतानाच त्या बरणीत धरून, आजीने बरणीचं झाकण घट्ट बंद केले. त्यामुळे काड्यातून येणारा धूर त्या बरणीतच राहिला.

धूर येणं थांबल्यावर आजीने झाकण फिरवून बरणी गच्च बंद केली.

मग दोन हातात घेऊन जोरात हलवली.

त्यामुळे बरणी आतून सर्व बाजूंनी ओली झाली.

ही बरणी आजोबांच्या हातात देत आजी म्हणाली, ‘‘हं... करा आता हवे तेव्हढे ढग तयार. अगदी हलके-फुलके ढग!’’

आजोबांना काही कळेचना.

भूत पाहिल्या सारखे ते आजीकडे पाहू लागले.

“अहो, ही बरणी घेऊन जरा खिडकीत जा.

मग ही बरणी क्षणभर दाबून पटकन सोडा आणि मग ढग तयार होण्याचा चमत्कार पाहा.”

असं आजीने म्हणताच मिहिर घाबरला. “अगं चमत्कार म्हणजे...

आजोबा ढगात जाणार की काय?”

ढग गडगडल्यासारखे आजोबा हसले.

त्याचवेळी त्यांनी ती बरणी जोरात दाबली आणि पटकन सोडली.

आणि बरणीत धुक्यासारख्या पांढऱ्या वाफा दिसू लागल्या.

आजोबांनी पुन्हा एकदा बरणी दाबून सोडली.

आता त्या बरणीत एक छोटासा हलका-फुलका ढग तयार झालेला दिसू लागला!!

मिहिर जोरात ओरडला, “वॉव!! आजोबांनी ढग तयार केले!!”

मिशांवर हात फिरवत आजोबा म्हणाले, “हं... आता मी ढग तयार करण्याची एक फॅक्टरीच काढतो... ढगॅमढूम ढग फॅक्टरी!”

“अहो मिस्टर ढगॅमढूम, मला सांगा हे ढग असे तयार का होतात?” असं आजीने म्हणताच आजोबांनी ती ढगांची फॅक्टरी आजीच्या हातात दिली.

“काड्यांच्या धुरामुळे बरणीमधे कण जमा होतात.

बरणीत गरम पाणी भरल्याने आतली हवा पण गरम झाली आहे.

बरणी दाबल्याने गरम असलेल्या हवेवरचा दाब वाढतो आणि हात काढल्यावर एकदम कमी होतो.

कमी दाबामुळे पाण्याचे कण सांद्रीभूत होतात. आणि ‘ढग’ बनतो.” आजीचं बोलणं मिहिर लक्षपूर्वक ऐकत होता.

“म्हणजे ढगाचं बनणं हे दाब या घटकाप्रमाणेच तापमानावर सुद्धा अवलंबून आहे.” मिहिरच्या या बोलण्यावर आजीने समाधानाने मान डोलावली.

“पण हे ढग किती हलके असतात?

म्हणजे आपल्या आजोबांपेक्षा हलके असतात का?” हा प्रश्न ऐकल्यावर आजीने कपाळाला हात लावला.

आजी म्हणाली,
"अरे, आपल्याला वाटतात तसे ढग हलके नसतात.
आणि हलके-फुलके तर अजिबात नसतात.
एका मध्यम आकाराच्या ढगाचं वजन
पाच हत्तींइतकं असू शकतं!!"

आजोबांकडे पाहत आजी म्हणाली, "अहो ढगॅमढूम..
त्या ढगांसारखं हलकं-फुलकं काय खायला देऊ तुम्हाला?"

मिशा फेंदारून आजोबा म्हणाले, "त्या बटाटेवड्यासारखं जड-जड द्या काही-बाही.."
मिहिर आनंदाने ओरडला,
"आजी, आज आपण आजोबांसाठी हलके-फुलके वडे करू!!"

बोलका चेहरा

"अहो जेवायला चला... अहो जेवायला चला.." असं सांगून आजी दमली. पण आजोबा काही केल्या टि.व्ही. समोरून हलायला तयार नाहीत. आजीने हाका मारल्या, टाळ्या वाजवल्या तरी आजोबांचं सारं लक्ष टि. व्ही.च्या पडद्याकडे.

आजीने मिहिरवर कामगिरी सोपवली.

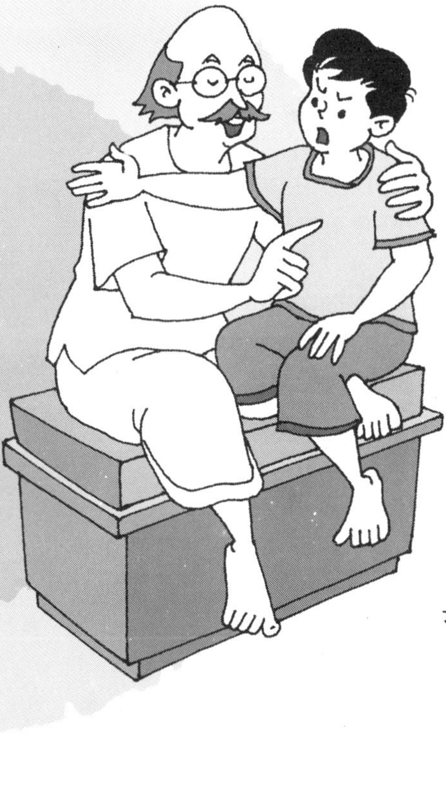

आजोबा कुठलातरी जुना सिनेमा पाहात होते.

मिहिर धावतच गेला आणि धपकन त्यांच्या मांडीवरच बसला.

त्याला समजावत आजोबा म्हणाले, "ही बघ मधुबाला. पाहा तिचा चेहरा किती बोलका आहे. ती काही बोलली नाही तरी तिचं बोलणं ऐकू येतं."

आता मात्र मिहिर जाम पकला.

तो किरकिरत म्हणाला, "ही मधुबालाबाई कोण? आणि ती बोलली

नाही तरी तुम्हांला तिचं बोलणं ऐकू येतं!

आणि आजी मघाचपासून ओरडतेय ते तुम्हांला ऐकू येत नाही? कमालच आहे!!

आजोबा जेवायला चला ना हो..''

यावर आजोबा काही बोलणार तोच लाइट गेले. टि. व्ही. बंद झाला.

आजी म्हणाली, ''चला. मधुबाला आता जेवायला गेली. तुम्हीपण जेवून घ्या.'' हे ऐकून मिशा पुसत आजोबा उठले.

''आजी बोलका चेहरा म्हणजे काय गं? आणि तो कसा काय ग बोलतो?'' हे ऐकल्यावर आजीने क्षणभर विचार केला आणि म्हणाली, ''अरे सर्वांचाच चेहरा असतो बोलका.

प्रत्येकवेळी काही आपण बोलण्यासाठी किंवा काही सांगण्यासाठी शब्दच वापरतो असं नाही. किंवा थोडक्यात सांगायचं तर प्रत्येकवेळी आपण तोंडानेच बोलतो असं नाही..''

तोंडात घास घालत आजोबा म्हणाले, ''मॉग कॉशाने बोलतो आपण?''

आजीने न बोलताच आपल्या संपूर्ण शरीराकडे बोट दाखवलं.

आजी बोलण्यात गुंगलीय असं समजून मिहिर लोणच्याची बाटली घेत होता.

इतक्यात आजीचं लक्ष गेलं.

आजीने डोळे मोठे केले. भुवया उंचावल्या. कपाळाला आठ्या पाडल्या. दातावर दात गच्च ठेवत रागाने मिहिरकडे पाहिलं.

मिहिर काय ते समजला.

त्याने लोणच्याची बाटली पुन्हा होती तिथेच ठेवली.

हे पाहून आजोबा ठो ठो हसत म्हणाले, ''अरे मिहिर, आजी फक्त चेहेऱ्याने बोलली. आणि ते तुला बरोबर ऐकू आलं! चांगलं समजलं!!''

यावर निरागसपणे मिहिरने विचारलं, ''म्हणजे आजी मधुबाला आहे का?''
आजोबा हसता हसता गदगदत म्हणाले, ''आहेच मुळी तुझी आजी मधुबाला!!''
तोंडाला पदर लावत खुसुखुसु हसत आजी म्हणाली, ''पुरे झाली चेष्टा.''

आजी पुढे बोलू लागली, ''अरे आपण बोलतो म्हणजे पूर्ण शरीराने बोलतो. त्याला देहबोली असं म्हणतात.''

''अरे आपण अनेक प्रकारच्या भावना हावभावांतून व्यक्त करत असतो. सुखी, आनंदी, दुःखी, चिंता किंवा काळजी अशा काही भावनांचं प्रगटीकरण इतकं सारखं असतं की त्यासाठी आपण वेगळे शब्द का वापरतो, असा प्रश्नच पडतो. पण हां, भावना व्यक्त करण्याच्या प्रत्येकाच्या पद्धती वेगवेगळ्या असतात.''
आजोबाचं हे बोलणं ऐकल्यावर पुन्हा मिहिरला प्रश्न पडला,''त्या पद्धती कशा वेगळ्या असतात? आणि का वेगळ्या असतात?''
आजी सांगू लागली,''अरे चेहऱ्यावरील भाव, डोळ्यांतून व्यक्त होणारे भाव हे सर्वात महत्त्वाचं. त्याप्रमाणे हाताच्या, शरीराच्या हालचाली त्या त्या भावनेला पूरकच असतात. तसंच समोरच्या व्यक्तीच्या भावनेला प्रतिसाद देताना होणारे हावभाव आणखी वेगळे असतात. त्यामुळे एखाद्याने व्यक्त केलेली भावना सर्वांनाच सारखी वाटेल असं नाही....''

''अरे मिहिरू, उदाहरणच सांगायचं तर, मगाशी लोणच्याची बाटली घ्यायच्यावेळी आजीने जे तुला चेहऱ्यावरील हावभावाने सांगितलं अगदी तसंच मला सांगता येणार नाही.''
असं आजोबांनी म्हटल्यावर मिहिर फक्त हसला आणि हळूच पुटपुटला, ''कारण तुम्ही काही मधुबाला नाही''
पण हे आजोबांनी ऐकलं नाही.
मिहिरच्या आगाऊपणा बद्दल त्याला एक चापटी मारत आजी सांगू लागली, ''पृथ्वीवरील इतर कोणत्याही प्राण्यापेक्षा मानवी चेहरा सर्वात जास्त भाव दाखवू शकतो.
राग, निराशा, दुःख, आनंद यांसारख्या काही महत्त्वाच्या भावना दाखवण्यासाठी आपल्या चेहऱ्याचे स्नायू वापरले जातात.

चेहरा जेव्हा रागीट होतो तेव्हा चेहऱ्याचे ३४ स्नायू काम करतात.

आणि चेहरा हसरा होतो तेव्हा चेहऱ्याचे १३ स्नायू वापरले जातात....''

आजीला थांबवत आजोबा म्हणाले,''मिहिर, त्या आरशासमोर उभा राहा आणि.. जरा तोंड वेडंवाकडं कर.

नाकपुड्या फुलव. मग नाकपुड्या बंद कर.

कपाळाला आठ्या घालत टाळू मागे खेच. भुवया उडव.

तोंड रुंद कर, एकदम आडवं कर.

एक डोळा बंद कर.

डोळे रागीट कर व नंतर एकदम शांत कर.

आपल्या एकाच चेहऱ्याची ही अनेक रूपं पाहून आपणच थक्क होतो.''

हे ऐकल्यावर मिहिर आरशाकडे पळाला.

इतक्यात लाइट आले
आणि
टि. व्ही. ची खरखर सुरू झाली.
टि. व्ही. बंद करत एक व्यक्ती म्हणाली,
''बोलका चेहरा पाहण्यासाठी आता टि. व्ही. च पाहिला पाहिजे..
असं काही नाही!''

तुम्हांला काय वाटतं, ही व्यक्ती कोण असेल?

आणि तुम्ही कुठे पाहता 'बोलका चेहरा',
घरातल्या आरशात?
की टि. व्ही. वर?

मनकवडू

दुपारी जेवायची वेळ झाली तरी आजोबा शांतच होते.

आजीला नवल वाटलं.

इतरवेळी थोडा जरी उशीर झाला तरी आजोबांची भुणभुण सुरू होते.

आजी आणि मिहिर आजोबांना बोलवायला गेले.

पाहतात तर काय...

आजोबा आरामात खुर्चीत बसले होते. हातात उघडलेले वर्तमानपत्र होते. आजोबा मात्र खिडकीतून लांब दूरवर काहीतरी पाहत होते.

मिहिरची चाहूल लागताच आजोबा दचकले.

तोंडाला पदर लावत आजी म्हणाली, "नक्की काय करताय?"

"जरा विचार करत होतो..." असं आजोबांनी म्हणताच आजी हसत म्हणाली, "कुठला विचार करताय हेही ओळखलंय मी.

तिघंही जेवायला गेले. जेवताना मिहिर म्हणाला, "आजोबांनी न सांगताच तुला कसं गं कळलं? म्हणजे तुला आजोबांच्या मनातलं ओळखता येतं का?"

डाव्या हाताची पालथी मूठ मिशीवरून फिरवत आजोबा म्हणाले, "आहेच तुझी आजी मनकवडी!"

"कशावरून?" असं मिहिरने म्हणताच आजी म्हणाली, "थांब आता दाखवतेच तुला एक गंमत. अरे आजोबांच्याच कशाला, मी तुझ्या ही मनातलं ओळखू शकेन.

आपण एक खेळच खेळूया.

या खेळाचं नाव मात्र मी तुला मग सांगेन."

“म्हणजे दुसऱ्यांच्या मनातलं ओळखण्याचा खेळ का?” असं मिहिरने विचारताच आजीने फक्त मान हलवली.

फुर्रऽऽऽ करून कढीचा भुरका मारत आजोबा म्हणाले, “या खेळाचं नाव मनकवडी ठेवा.”

“या खेळात दुसऱ्याने मनात धरलेला आकडा ओळखायचा.

आता तू एक ते नऊ यापैकी कोणताही एक आकडा मनात धर.”

आजोबांनी खुणेनेच मिहिरला सांगितलं की, ‘काळजी करू नकोस. मी करीन तुला मदत.’

आजीने सांगितल्याप्रमाणे मिहिरने एक ते नऊ पैकी एक आकडा मनात धरला.

“पहिली पायरी..

आता त्या मनात धरलेल्या आकड्याला ३ ने गुण आणि येणाऱ्या गुणाकारात १ मिळव.” असं आजीने सांगताच मिहिर कामाला लागला.

मिहिरने मनातल्या मनात हिशोब केला.

त्याने मनात धरलेल्या आकड्याला ३ ने गुणून त्या गुणाकारात १ मिळवला.

पहिल्या पायरीचे त्याचे उत्तर आलें १६.

“पायरी दुसरी..

आता या संख्येला पुन्हा ३ ने गुण आणि येणाऱ्यां गुणाकारात तू तो मनात धरलेला आकडा मिळव.”

पुन्हा मिहिरचे मनातले हिशोब सुरू झाले.

मिहिरने आजीने सांगितल्याप्रमाणे पटापट केलं.
त्याचे दुसऱ्या पायरीचे उत्तर आले ५३.

"हं आता मला सांग बरं तुझं उत्तर."
असं म्हणून आजी कौतुकाने मिहिरकडे पाहू लागली.

आणि आता तो आजीला उत्तर सांगणार, इतक्यात आजोबाच म्हणाले, "मिहिर तुझे उत्तर असेल दोन आकडी.
त्यातील एकम स्थानचा आकडा असेल ३!
आणि दशमस्थानचा आकडा....."

आनंदाने किंचाळत मिहिर म्हणाला, "दशमस्थानचा आकडा म्हणजेच मी मनात धरलेला आकडा '५' हा आहे! वॉव!! ग्रेट!!"

मिशांवर हात फिरवत आजोबा म्हणाले, "अरे ती मनकवडी असेल तर मी पण आहे मनकवडा!"

"अहो मनकवडे, मला सांगा, समजा '५' च्या बदली दुसरी संख्या मनात धरली तरीसुध्दा एकमस्थानी '३' हीच संख्या येईल?

आणि दशमस्थानी मनात धरलेलीच संख्या येईल? काय?"

आता मात्र मनकवडे आजोबा डोकं खाजवत हसत म्हणाले, "सांग बरं माझ्या मनातलं उत्तर? तरच तू खरी मनकवडी!"

आजोबा-आजीचं बोलणं सुरू असताना..
मिहिरने मनातल्या मनात आकडेमोड केली.

मिहिर उड्या मारत म्हणाला,
"आजीच्या सर्व प्रश्नांची उत्तरं आहेत..
हो..हो..
आणि
हो!!"

मिहिरला जवळ घेत आजी म्हणाली,
"माझा मनकवडू गं!!"

तुम्हांलासुध्दा होता येईल मनकवडू!
आणि सहज ओळखता येईल
मोठ्या मोठ्या माणसांच्या मनातली लहान संख्या.

सुपर शक्तिमान

मिहिर शाळेतून ओरडतच घरी आला, ''कल से मैं शक्तिमान!
कारण उद्यासे मेरा व्यायाम सुरू.
आज आम्हांला हाताचे आणि पायाचे व्यायाम शिकविले. आज माझ्या हातापायात जाम शक्ती आलेली आहे...''

त्याला थांबवत आजोबा भुवया उडवत म्हणाले, ''तो फिर लगाव पंजा... इस सुपर शक्तिमान आजोबासे! चलो..''

आजी पदर खोचत लगबगीने किचन मधून बाहेर येत म्हणाली, ''हे पाहा, ते तुमचे पंजे-बिंजे नंतर. आधी....''
''आधी दप्तर नीट जागेवर ठेवणे. मग हातपाय धुणे, कपडे बदलणे आणि जेवायला येणे. हो ना आजी?..'' असं मिहिरने विचारताच आजी मनापासून हसली.

''जेवल्यावर आज आपण शक्तिमान आणि सुपर शक्तिमान यांच्यात एक छोटीशी स्पर्धा घेऊ.
म्हणजे या दोघांपैकी कुणाच्या पंज्यात जास्ती ताकद आहे त्याचवेळी कुणाच्या डोक्यात 'टिंब..टिंब..' पण जास्ती आहे? हे आपल्याला कळेल.
तर मग जेवल्यावर 'श (शक्तिमान) आणि सुश (सुपर शक्तिमान)' यांनी पूर्ण शक्तिनिशी तयार राहावे ही नम्र विनंती.''
असं आजीने म्हणताच मिशांना पीळ देत आजोबा म्हणाले, ''काय समजलीस काय तू आम्हांला? आमचे पंजे म्हणजे वाघाचे पंजे आहेत.''

"वाघोबा आजोबा जेवायला चला.." असं मिहिरने म्हणताच त्याच्या पाठीत धपका घालत सगळे जेवायला बसले.

जेवण झाल्यावर आजोबांची हुसहुस सुरू झाली.
"स्पर्धा घेणार म्हणजे काय करणार?
आणि पंज्यातली ताकद कशी काय मोजता येणार?
डोक्यातलं टिंब.. टिंब.. म्हणजे काय?
या स्पर्धेत जो जिंकेल त्याला काही बक्षीस वगैरे आहे का?
आणि कुणी हरलं तर... अरे बापरे!
आणि हो, उगाच काहीतरी कठीण स्पर्धा घेऊ नकोस... म्हणजे मी घाबरत नाही पण आपला मिहिर लहान आहे.. म्हणून सांगतोय." आजोबांची भुणभुण सुरू झाली, तरी आजी शांतच होती.

स्पर्धेला सुरुवात झाली.
शक्तिमान व सुपर शक्तिमान एकमेकाच्या बाजूला बसले.
दोघांनी एकमेकांना आपापले दंड फुगवून दाखवले.
हाताचे पंजे हलवून दाखवले.

आजी वर्तमानपत्र घेऊन आली.

त्यातली दोन दुहेरी पानं तिने दोन स्पर्धकांच्या हातात दिली.

हातात कागद येताच आजोबा त्यांचा चष्मा शोधू लागले.

'चष्मा नकोय, आता शक्तीची गरज आहे', असं आजीने त्यांना खुणेनेच सांगितलं.

''तर आता तुम्ही दोघांनी या पसरलेल्या दुहेरी पानाचा कोपरा उजव्या हातात नीट धरायचा.

आणि आता याच हाताने त्याचा मुठीत मावेल असा बोळा बनवायचा.

दुसऱ्या हाताची मदत अजिबात घ्यायची नाही.

चल फटाफट कर झटापट.

आपका टाइम शुरू होता है अब...''

दात ओठ खात दोघांनी सुरुवात केली.

शक्तिमान उजव्या हाताने भसाभस कागद खेचू लागला.

सुपर शक्तिमान तर एकाच हाताने कागद असा काही पिरगळू लागला की तो अधेमधे फाटू लागला.

त्यामुळे सुश ची अधिकच गडबड होऊ लागली.

आता आजीने हातवारे करताच श आणि सुश आपापले हात पटापट चालवू लागले.

आणि...

सुपर शक्तिमानने बाजी मारली.

दोन्ही हात हवेत उंचावत सुश आनंदाने ओरडला, ''येस! मैं जिता हूँ.''

''ज्यांचे आकाराने मोठे पंजे, तेच तर जिंकणार म्हंजे!''

असं मिहिरने म्हणताच त्याला समजावत आजी म्हणाली, ''अरे अजून एक खरीखुरी स्पर्धा बाकीच आहे की. ही झाली हातातल्या पंज्याची ताकद.

पण आताच्या स्पर्धेत आपल्याला कळणार आहे 'डोक्यात टिंब...टिंब.. किती आहे ते? मला वाटतंय या स्पर्धेत तुलाच नक्की बक्षीस मिळेल.''

आजोबा भुणभुणले, ''आता एक स्पर्धा झाली, बास झालं की. या डोक्यातल्या टिंबा-बिंबांची आता कटकट नको.''

"कमॉन. आता दुसरी स्पर्धा सुरू होत आहे... तैय्यार रहो." असा आजीने आदेश देताच श आणि सुश चुपचाप तैय्यार झाले.

वेडेवाकडे फाडलेले दोन कागदाचे तुकडे आजीने दोन्ही स्पर्धकांच्या हातात दिले. या तुकड्याचं काय करायचं ते न कळल्याने, दोघांनी ते उगाचच खाली वर करून पाहिले.

"आता कुठल्याही इतर साधनाची मदत न घेता या कागदावर बरोबर नव्वद अंशाचा कोन करा.

यासाठी तुम्हांला पंजा लढवायला नको तर...."

आजीचं वाक्य पुरं करत मिहिर म्हणाला, "यासाठी आम्हांला डोकं लढवायला हवं आहे!"

आता श व सुश कामाला लागले.

सुश त्या कागदावर नखाने रेघोट्या मारू लागले.

कागद गुंडाळून त्याची सुरनळी करून पाहू लागले.

श ने एक घडी घातली.
आता काय करावं त्याला पटकन सुचेना.
त्याने एका डोळ्याने हळूच आजीकडे पाहिलं.
आजी काय ते समजली. आजीने खूण केली.
ही खूण मिहिरला समजली. मिहिरने आणखी एक घडी घातली...
आणि त्याच्या कागदावर नव्वद अंशाचा कोन तयार झाला आणि तोही सुपर शक्तिमानच्या अगोदर!!

डोकं खाजवत आजोबा म्हणाले, ''केस पिकले पण ती डोक्यातली टिंबं काही पिकली नाहीत. ती तशीच राहिली वाटतं कच्ची-कच्ची!''

आजी हसतच म्हणाली, ''अहो एकदम सोपं आहे पाहा.
प्रथम कागदाला एक घडी घालायची.
आणि आता ही सरळ रेषा हा आधार मानून, पुन्हा एक घडी घालून दुमडायचं.
बाकी बाजू अगदी वेड्यावाकड्या असल्या तरी..
दोन सरळ रेषांमध्ये नव्वद अंशाचाच कोन मिळणार ना? काय?''

''डोक्यातल्या टिंबांना थोडासा गंज आला होता...
पण तो निघाला आता या नव्वद अंशी स्पर्धेमुळे!''

तुम्हांला काय वाटतं
हे वाक्यं कोण बोललं असेल?
आणि का बोललं असेल?

आणि..
तुमच्या डोक्यातल्या टिंबांना जर गंज आला तर..
तुम्ही तो काढता ना? कसा?

निरीक्षण आणि परीक्षण

दडादडा धावत मिहिर शाळेतून घरी आला.

आजोबांनी दरवाजा उघडताच त्याने पाठीवरचा वह्या-पुस्तकांचा बोजा धपकन खुर्चीत टाकला. त्यावेळी आजोबांनी सावरायला हात पुढे केला आणि वह्या पुस्तकं घरभर पसरली. आता आजी ओरडणार या भीतीने दोघांनी मिळून पटापटा पसारा आवरला.

आजी हात पुसत बाहेर आली तेव्हा आजोबा कॉटवर बसून वही चाळत होते.

आजी काही विचारण्या आधीच आजोबा जोरात म्हणाले, ''अरे मिहिर हा निरीक्षण शब्द कसा लिहितात रे?''

मिहिर क्षणभर बावरला आणि म्हणाला, ''कसा म्हणजे? हाताने लिहितात! का हो?''

आजोबा कपाळाला हात लावत म्हणाले, ''अरे हा शब्द लिहिताना तुझी चूक झालीय. कळलं का?''

हे ऐकताच, पदर खोचत आजी म्हणाली, ''अहो, शब्द लिहिताना एकवेळ चूक झाली तरी चालेल पण निरीक्षण करताना मात्र चूक व्हायला नको हा!''

''आम्ही फक्त निरीक्षणच नाही तर परीक्षणही करतो, म्हटलं!'' असं आजोबांनी म्हणताच आजी म्हणाली, ''उगाच बढाया मारू नका. निरीक्षणापेक्षा परीक्षण कठीण आहे. सगळ्यांनाच जमत नाही ते.

हवं तर आपण सारे मिळून एक निरीक्षण-परीक्षणाचा सरप्राइज खेळ खेळू. आणि त्यात आम्हीच जिंकू, लागली पैज?''

आजोबा मिशांवर हात फिरवत म्हणाले, ''काय घाबरतो की काय मी? हो

जाए शुरू. पण हा खेळ खेळायचा कधी? कारण...''

आजोबांना थांबवत मिहिर म्हणाला, ''कारण आता आमच्या पोटात कावळे ओरडताहेत. आजी आजी ही जेवायची वेळ, नंतर खेळायचे खेळ. प्लीज...''

आजी म्हणाली, ''चला जेवायला. पण लक्षात ठेवा 'आपला खेळ' सुरू झाला आहे.. आत्ता या क्षणापासून. कळलं?''

आजोबांनी जेवणाकडे पाहत फक्त मान डोलावली.

मस्त फक्कड जेवण झाल्यावर आजोबा नेहमीच्या जागी बसले.

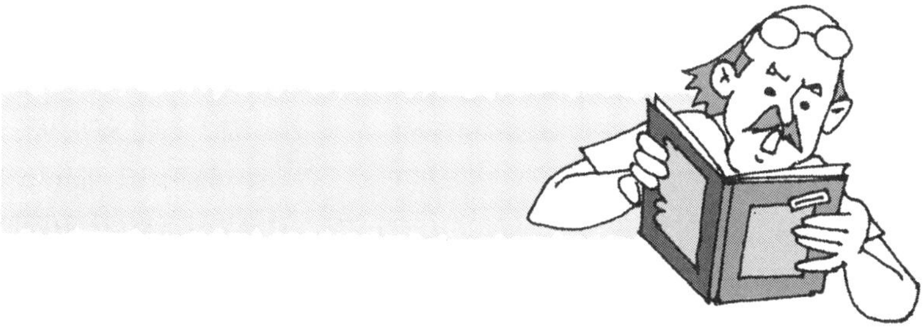

मिहिरने आजीला मदत केली.

पाचच मिनिटांत, पदराला हात पुसत आजी किचन मधून बाहेर आली.

आजीला पाहताच आजोबा सावरून बसत म्हणाले, ''हं. सांगा तुमचे खेळ.''

आजी म्हणाली, ''अं... सांगा बरं, आज तुम्ही काय जेवलात?

आणि किचनमध्ये तुम्हाला काय जाणवलं?

अं... परीक्षणासहित तुमची किमान पाच निरीक्षणं मला सांगा.''

आजोबा आणि मिहिर एकमेकांची तोंडं पाहायला लागले.

त्यांना वाटलं हा कुठला खेळ?

आजोबा म्हणाले, ''मी जेवलो, आमटी-भात आणि पापड, पोळी, भाजी आणि कोशिंबीर. आणि किचनमधे काय जाणवलं म्हणशील तर... मला उकाडाच जाणवला बुवा. आता तिथे एक पंखाच बसवला पाहिजे.''

मिहिर म्हणाला, ''आजोबा तुमची कमालच आहे.

आज काही भाजी नव्हती, तर उसळ होती. मोड आलेल्या चवळीची उसळ.

मी जेवलो, गरमागरम मऊ लुसलुशीत भात. त्यावर गाईचं पिवळं तूप.

कढीलिंबाची फोडणी असलेली चिंच-गुळाची आमटी. काकडीची कोशिंबीर. उसळ आणि पोळी. बरोबर?''

''तरीपण एक गोष्ट राहिलीच की..'' असं आजीने म्हणताच मिहिरची ट्युब पेटली.

डोकं खाजवत मिहिर म्हणाला, ''अं... किचनमधे लसणीच्या फोडणीचा वास भरला होता. पण गॅसच्या जवळ मात्र भाजलेल्या पापडाचा वास जाणवला.

आजीच्या हाताला कसा कुणास ठाऊक पण सायीचा वास होता.

आपण जेवत असताना खिडकीवर चिमण्या चिवचिवत होत्या.

आणि सिंक मधल्या नळातून थोडसं पाणी टपटपत होतं. हो नां ग आजी?''

मिहिरच्या बाजूला बसत आजी म्हणाली, '' कळलं का? काही जणं फक्त डोळ्यांनी पाहतात. तर काही जणं डोळ्यांनी, कानांनी व नाकाने तर पाहतातच पण त्याने निरीक्षणही करतात. आणि निरीक्षण पण असे की त्यात त्यांचे परीक्षण पण दडलेले असते.''

''थोडक्यात काय, तर नुसते पाहणे म्हणजे काही निरीक्षण नव्हे. आणि नुसते निरीक्षण म्हणजे काही परीक्षण नव्हे.

पण आता मला सांग, आता तो आपला सरप्राइज खेळ कधी सुरू होणार आहे? मी आता एकदम तयारीत बसलोय.''

असं आजोबांनी म्हणताच, तोंडाला पदर लावून खुसुखुसु हसत आजी म्हणाली, ''अगं बाई कमालच झाली! आत्ताच खेळलो की आपण तो खेळ!! आणि तुम्हीच नाही का, त्या खेळाचा रिझल्ट जाहीर केलात?''

भूत बघितल्या सारखा चेहरा करून आजोबा आजीकडे पाहू लागले.
''अहो आजोबा, यालाच म्हणतात 'सरप्राइज' खेळ.

मान हलवत आजोबा म्हणाले, ''हं. चांगलं आहे तुझं परीक्षण.
पुढच्यावेळी मात्र मी माझं वाढवतो निरीक्षण...
डोळ्याने, कानाने, नाकाने, जिभेने आणि हातानेसुध्दा बरं का!
पण तोपर्यंत जरा वेळ डोळे बंद करून झोपेचं परीक्षण करतो...
म्हणजे तुला मंद घोरण्याचं निरीक्षण करता येईल.''

''म्हणजे तुम्ही आमच्यासाठी झोपताय..
तुमच्यासाठी नव्हे तर..!''

पण हे बोलणं आजोबांना ऐकूच आलं नाही.
कारण..
एव्हाना त्यांचं परीक्षण सुरू झालं होतं.

रबरी चटका

नुकताच पाऊस पडल्याने हवेत चांगला गारठा होता.

आजोबा दुपारी गरम पाण्याची पिशवी घेऊन कंबर शेकतात. त्या रबरी पिशवीत गरम पाणी भरून द्यायचं काम आजी करते.

कधी कधी आजीला पाठ शेकायची असते तेव्हा आजोबा तिला गरम पाण्याची पिशवी भरून देतात.

दुपारी आजीने विचारलं, "देऊ का पिशवी भरून?"

तर आजोबा एकदम तणतणत म्हणाले, "काही नको. तू इतकं गरम पाणी भरतेस की शेकायला न मिळता चटकेच मिळतात."

आजी हसत म्हणाली, "हे पाहा, तुमचा काहीतरी गैरसमज झालाय बरं. तुम्हांला चटकेच द्यायचे असतील तर त्यासाठी मला गरम पाण्याचीच काय पण इतर कशाचीच गरज नाही. एक साधा रबराचा तुकडा जरी मला मिळाला तरी मी तुम्हांला मस्त गरमागरम चटके देऊ शकेन. हवेत का? तेही देते."

आता आजोबा काय बोलतात इकडे मिहिरचं लक्ष लागलं.

आजोबा ऐटीत म्हणाले, "अगं, रबर गॅसवर गरम करशील तर माझ्याऐवजी तुलाच चटका मिळेल. आणि नुसत्या रबराने काही कुणाला चटका-बिटका नाही हां देता येत."

आजी ठसक्यात म्हणाली, "मी रबर तर गरम करणारच आहे, कारण त्याशिवाय चटका देताच येणार नाही.

पण मी गॅसवर किंवा चुलीवर रबर गरम करणार नाही. रबर गरम करण्यासाठी काही पेटवणार नाही किंवा कुठल्याही गरम वस्तू जवळ जाणार नाही.

मला एक जादू माहीत आहे...
हातात रबराचा तुकडा घेऊन तो गरम करण्याची!
हवाय का रबराचा गरमागरम चटका.
पटकन सांगा.''

आजोबांना वाटलं, आजी गंमत करतेय.

आजोबा हसायला लागले.

उजव्या हाताचं एक बोट वर करत मिहिर म्हणाला, ''आजी, मला हवाय रबराचा गरमागरम चटका.''

हे ऐकल्यावर आजोबांकडे पाहत आजी म्हणाली, ''पाहा, माझा नातू कसा डेअरिंगबाज आहे. नाहीतर त्याचे आजोबा...''

आजोबा उसळून म्हणाले, ''मी काय घाबरतो वाटलं? अगं एक काय हज्जार चटके खाईन मी! मिहिर हो बाजूला.''

आजी कामाला लागली.

मिहिर आणि आजी रबराचा तुकडा शोधू लागले.

सायकलच्या जुन्या रबरी नळीचा एक तुकडा त्यांना मिळाला आणि आजी म्हणाली, ''चला झालं काम.''

आजीने तो तुकडा कापला आणि पाण्याने स्वच्छ धुऊन घेतला.

आजोबा उत्सुकतेने डोळे मोठे करून व कपाळाला आठ्या घालून पाहत होते.

आजी त्यांच्या जवळ गेली व तिने ती रबराची पट्टी आजोबांच्या कपाळाला लावली.

आजोबा क्षणभर दचकले..

आणि हसतच म्हणाले, ''हॅं. चटका-बिटका कुठला? हा तर थंडगार आहे सापासारखा!''

आजी खुसुखुसु हसत म्हणाली, ''अहो, या पट्टीचं तापमान कळण्यासाठी ती

मी तुमच्या कपाळावर टेकवली.

कपाळाची त्वचा खूप संवेदनशील असते.

म्हणजे तापमानातील बारीक-सारीक बदल तेथील त्वचेला लगेचच जाणवतात.

आता पट्टी थंडच आहे.

पण पाच मिनिटांनी पाहाच चमत्कार.'' हे ऐकून आजोबांनी थंडपणे मान हलवली.

आता आजीने ती रबराची पट्टी मिहिरच्या हातात दिली.

मग आजीने मिहिरच्या कानात काहीतरी सांगितलं.

मिहिरने मान डोलावली.

मिहिरने त्या रबराच्या पट्टीची दोन टोकं दोन हातात धरून जोरात ताणली आणि परत पूर्वस्थितीला आणली.

असं पटापट वीस वेळा केलं.

आणि पटकन ती पट्टी आजोबांच्या कपाळाला टेकवली.

आजोबा गडबडलेच!

चटका बसण्या इतकी नाही पण मघापेक्षा पट्टी नक्कीच गरम झाली होती!

आजोबांनी गरमागरम टाळ्या वाजवल्या.

आता मिहिरचे प्रश्न सुरू होणार हे ओळखून आजी सांगू लागली, ''रबराचे रेणू हे गोल गुंडाळीसारखे असतात.

शक्ती लावून रबराची पट्टी ताणली की, हे रेणू गुंडाळी सरळ व्हावी तसे ताणले जातात.

आणि हात जवळ आणले की, हे रेणू, परत होते तसे गुंडाळी बनतात.

लवचीकता हा तर रबराचा खास गुणधर्मच आहे.

ताणल्यावर गुंडाळी सरळ होते तेव्हा त्यामधे यांत्रिक ऊर्जा वापरली जाते.

सैल केल्यावर गुंडाळी पूर्वस्थितीला येते तेव्हा यांत्रिक ऊर्जेचे उष्णता या प्रकारात परिवर्तन होते. पट्टी गरम होते.''

''समजा आपल्याला सायकलची ही जुनी रबराची ट्युब मिळालीच नसती तर?

आपण काय केलं असतं?

त्याऐवजी साधा रबर बॅण्ड घेऊन चालेल का गं आजी?'' असा मिहिरने प्रश्न विचारला खरा.

पण या प्रश्नाचं उत्तर त्याला माहीत होतं.
आजी म्हणणार, 'करून पाहा म्हणजे समजेल की!'

तुम्हीसुध्दा करून पाहा.
पण रबर जास्ती ताणू नका.. ..
नाहीतर तणतणत बसाल.

मी कोण?

रविवारी घरात सगळीच कामं जरा निवांत. सकाळी नाश्ता उशिरा म्हणून जेवण उशिरा. पण गप्पा आणि चहा मात्र सुरूच.

मागच्या रविवारी आमच्याकडे चिक्कार पाहुणे आले होते.

दुपारी मस्त जेवण झाल्यावर गप्पागप्पी सुरू झाली. गप्पांतूनच अचानक गाण्यांच्या भेंड्या सुरू झाल्या. त्यातूनच 'चला आता जरा खेळ खेळूया' असा सूर उमटला.

तोच काका-काकू व मामा-मामी म्हणाले, "हॅ! हे काय आमचं खेळ खेळायचं वय आहे का? आता लहान मुलांसाठी खेळ आणि संध्याकाळी आमच्यासाठी भेळ! मस्त जाईल वेळ. कसं?"

आजोबा म्हणाले, "जो खेळणार त्यालाच भेळ मिळणार. चला आपण सगळे मिळून खेळू..." काका हसत म्हणाले, "मग चटकदार भेळ भेळू.."

मी खोलीत मध्यभागी एक छोटा टॉवेल पसरला.

सगळेजण आजूबाजूला बसले.

कुणी कॉटवर, कुणी खुर्चीत तर लहान मुले बसली टॉवेलच्या बाजूला.

आम्ही सगळे मिळून वीस जणं होतो.

प्रत्येकाने एकेक वस्तू आणून या टॉवेलवर ठेवायची असं ठरलं.

काका वैतागून म्हणाले, "हा कुठला रे खेळ?"

त्यांना शांत करत आजी म्हणाली, "अहो आधी ते तुमच्या हातावरचं घड्याळ त्या टॉवेलवर तर ठेवा. वीस वस्तू जमल्या की खेळ सुरू होईलच."

प्रत्येकाने एकेक वस्तू आणून ठेवली.

आता टॉवेलवर :

घड्याळ,पेन, डायरी, ताट, वाटी, चमचा, कापडी पिशवी, रुमाल, मोबाईल, चष्मा, चॉकलेट, पुस्तक, काचेची बाटली, कात्री, सुरी, दहा रुपयाची नोट, अंगाचा साबण, नेलकटर, टूथपेस्ट, कॅलेंडर अशा वीस वस्तू जमल्या.

हा खेळ अगदी सोपा आहे.

आता आपण आपले दोन गट करू. लहान आणि मोठे यांचा मिळून एक गट दहाचा. आणि दुसराही तसाच. प्रथम राज्य काकांवर.

काका यातल्या एका वस्तूचं नाव कागदावर लिहिणार. कागद घडी घालून खिशात ठेवणार.

आता आम्ही म्हणजे दुसऱ्या गटातल्या लोकांनी कमीतकमी प्रश्न विचारून काकांनी कागदावर लिहिलेल्या वस्तूचं नाव ओळखायचं आहे.

आम्ही कुठलाही प्रश्न विचारला तरी काका त्याचं उत्तर 'हो' किंवा 'नाही' असंच देणार आहेत.

म्हणून आम्ही प्रश्नच असे विचारणार की त्याचं उत्तर 'हो' किंवा 'नाही' असेल. वीस पेक्षा अधिक प्रश्न विचारायला परवानगी नाही.

समजा आम्ही पाच प्रश्नांतच वस्तू ओळखली तर आम्हांला वीस वजा पाच म्हणजे पंधरा मार्क मिळतील.

सोळा प्रश्नांत वस्तू ओळखली तर फक्त चारच मार्क मिळतील.

जितके जास्ती प्रश्न तितके कमी मार्क. ज्या गटाला सर्वात आधी पन्नास मार्क मिळतील तो गट जिंकला. मग पुन्हा वस्तू बदलून खेळ खेळता येईल.

काकांनी आणि त्यांच्या गटाने खूप विचार करून एका वस्तूचं नाव कागदावर लिहिलं. कागद घडी घालून ठेवला.

आमच्या गटाने आपापसात खलबतं करून प्रश्न विचारायला सुरुवात केली.

१. वस्तू धातूची आहे का?... काका म्हणाले ''हो.'' (म्हणजे ती वस्तू घड्याळ, ताट, वाटी, चमचा, कात्री, सुरी किंवा नेलकटर यापैकीच असणार.)

२. वस्तू गोल आहे का?... काका म्हणाले ''नाही.'' (म्हणजे ती वस्तू चमचा, कात्री, सुरी किंवा नेलकटर यापैकीच असणार.)
३. वस्तू स्वयंपाकघरात वापरतात का?... काका म्हणाले ''हो.'' (म्हणजे ती वस्तू चमचा, कात्री किंवा सुरी यापैकीच असणार.)
४. दुधाची पिशवी व्यवस्थितपणे कापायला ही वस्तू वापरतात का?... काका म्हणाले ''नाही.'' (म्हणजे ती वस्तू सुरी किंवा चमचाच असणार.) थोडासा धोका पत्करून आम्ही पुढचा प्रश्न विचारला.
५. काय तुम्ही 'चमचा' आहात? काका नाराजीने म्हणाले ''हो..हो.''

आणि आमचा गट आनंदाने ओरडला, ''हूर्ऽऽऽ आम्हांला पंधरा मार्क!''

आता आमच्यावर राज्य होतं.
आम्ही आपापसात चर्चा करून कागदावर लिहिलं, 'दहा रुपयाची नोट.'
त्यांनी आम्हांला चारच प्रश्न विचारून आमची वस्तू ओळखली.

त्यांचे प्रश्न आमच्यापेक्षा वेगळे होते. उदा.

१. वस्तू आयताकृती आहे का? (म्हणजे डायरी, कापडी पिशवी, मोबाईल, चॉकलेट, पुस्तक, दहा रुपयाची नोट व अंगाचा साबण यापैकी एक वस्तू)
२. वस्तू कागदी आहे का? (म्हणजे डायरी, पुस्तक, नोट यापैकी एक.)
३. वस्तू लिहिण्या-वाचण्यासाठी वापरतो का?... आम्ही नाही म्हणताच सगळे ओरडले, "तुम हो दस का नोट!"

आणि त्यांना मार्क मिळाले सोळा.

आता काकांचा उत्साह वाढला.
आम्हांला एक मार्क कमी मिळाल्याने आमच्या गटाची जिद्द वाढली.
खेळ पुढे रंगत गेला.

आम्ही नंतर वीसच्या पंचवीस व त्यानंतर पंचवीसच्या तीस वस्तू केल्या. खेळ इतका रंगला की.. आमच्या खवैय्या काकांना चटकदार भेळ खाण्याची आठवण सुध्दा झाली नाही.

हा खेळ तुम्हांला कुठेही खेळता येईल.
घरी, शाळेत, प्रवासात किंवा पिकनिकला सुध्दा.
वस्तूंचं वर्गीकरण कसं करायचं
आणि
नेमके प्रश्न कसे विचारायचे हे एकदा कळलं की बस्स!
मग आपणच मुकद्दर का सिकंदर.

मापं काढा

मिहिरने शाळेतून घरी येताच कॉटवर दप्तर फेकलं. आणि लगेचच काहीतरी शोधाशोध सुरू केली.

"अरे दप्तर नीट ठेव. कपडे बदल. हात पाय धू. आजोबांना हाक मार..." आजीने तिचा नेहमीचा मंत्र म्हणायला सुरुवात केली.

इतक्यात मिशा पुसत आजोबा आले.

आजोबांकडे पाहत मिहिर म्हणाला, "मला मापं घ्यायची आहेत."

डोळे फिरवत आजोबा म्हणाले, "काऽऽय? तू माझी मापं काढणार?

बरा आहेस ना तू? अगं सांग याला काहीतरी..."

"अहो नातवाची इच्छा असेल तुमची मापं घेण्याची, तर घेऊ दे की. आजोबांनी नातवाचं नाही ऐकायचं तर कुणाचं? आँऽ!" आजी खुसफुसली.

आजोबा मिशा फेंदारून मिहिरकडे पाहायला लागले.

ते काही बोलण्याआधीच मिहिर म्हणाला, "अहो आजोबा, आज आमच्या चित्रकलेच्या तासाला काळे सरांनी जाम धमाल गोष्टी सांगितल्या.

आधी त्यांनी आम्हांला माणसाचं चित्र वहीत काढायला सांगितलं. मग त्यांनी स्वत: माणसाचं एक चित्र फळ्यावर काढलं. आणि म्हणाले, 'कानाची पाळी आणि नाकपुड्या एकाच पातळीत असतात बरं. पाहा या चित्रात.'

मग त्यांनी एक दोरा घेतला.

आमच्या वर्गातल्या रोहनला बोलावलं. त्याच्या कानाच्या पाळीपासून ते नाकपुड्यांपर्यंत दोरा लावला.

काय गंमत! हे दोन्ही एकाच पातळीत आहेत. आम्ही सर्वांनी टाळ्या वाजवल्या.

आमच्या टाळ्या थांबवत ते म्हणाले, 'आपल्या शरीराचे सर्व अवयव ठरावीक मापात असतात. इतकंच नव्हे तर, विविध अवयवांचे आकार, मापं आणि जागा यांमधे विशिष्ट संबंधही असतो.

घरी जाऊन मापं घ्या आणि चार गोष्टी शोधून काढा.

नाहीतर आहेच तुमच्या मदतीला हा 'फळ्यावरचा माणूस.'

त्यामुळे आज मी...."

"म्हणजे आज तू माझी मापं काढणार तर...! ठीक आहे.

आलीया मापाशी असावे सादर." आजोबांनी असं म्हणताच आजी म्हणाली, "आधी जेवून घ्या बरं. म्हणजे मापं व्यवस्थित मिळतील."

जेवण झाल्यावर आजीच्या शिवणाच्या डब्यातली मीटर पट्टीची गुंडाळी मिहिरने घेतली.

आजीने भराभर आवरलं.

आजोबा सुपारी चघळत म्हणाले, "हं... बोला... पहिलं माप कुठलं घेताय?"

"मी सांगते" आजी सांगू लागली, "हं जरा उभं राहा. जेवल्यावर लगेच बसणं बरं नाही. आता तुमचे दोन्ही हात पूर्ण आडवे पसरा. पक्षांच्या पंखांसारखे...."

"आणि तुला काय वाटतं.. मी हात हलवले तर वर उडीन की काय?"

तोंडाला पदर लावत आजी म्हणाली, "प्रयत्न करून पाहा. जमलं तर चांगलंच आहे. अहो तुमच्या उजव्या हाताच्या मधल्या बोटाच्या टोकापासून ते डाव्या हाताच्या मधल्या बोटाच्या टोकापर्यंत या टेपने लांबी मोजायची आहे. हात चांगले ताणून लांब करा पाहू...."

आजोबा दोन्ही हात पूर्ण आडवे पसरून उभे राहिले.

मिहिरने त्यांच्या एका हाताच्या मधल्या बोटाच्या टोकाजवळ दोरा धरला.

आजीने दोऱ्याचं दुसरं टोक आजोबांच्या दुसऱ्या हाताच्या मधल्या बोटाच्या टोकापर्यंत नेलं. त्याठिकाणी दोरा कापला.

आजोबा म्हणाले, "आता काय हुकूम आहे?"
"आता जरा गादीवर निवांत पडा." असं आजीने म्हणताच आजोबा तुरुतुरु धावत गेले आणि गादीवर पडले.
आजीने तोच दोरा घेऊन आजोबांची उंची मोजली.
काय चमत्कार!
आधी मोजलेली लांबी ही सेम टू सेम आजोबांच्या उंची इतकीच होती.
"आँ! म्हणजे आजोबांची जाडी आणि उंची सारखीच?"
यावर आजी हसत म्हणाली, "अरे हळू बोल. जाडी नव्हे लांबी!

आता एक काम कर, आजोबांच्या हनुवटीपासून कपाळाच्या वरच्या टोकापर्यंतची उंची मोज. या उंचीच्या सुमारे सहा ते साडेसातपट आजोबांची उंची असेल."
मिहिरने हा पण प्रयोग करून पाहिला.

आणि आजीकडे पाहत म्हणाला, "एकदम सही!"
मिहिर आजोबांचं आणखी काही माप घेणार तो पर्यंत आजोबा घोरू लागले.
मिहिर आजीला म्हणाला, "आजोबांची लांबी आणि उंची सेम टू सेम.
पण आपल्या शरीराची अशी कुठली तीन मापं आहेत का, जी सेम टू सेम असतील?"

"चला आता तुझ्यावरच प्रयोग करूया. आणि ही तीन मापं शोधून काढूया."
आजीने दोरा घेतला. मिहिरच्या हाताची मूठ वळून त्याच्याभोवती दोरा गुंडाळून मुठीची परिमिती मोजली. मग त्या दोऱ्याची लांबी मोजून त्याने लिहून ठेवली.

आजीने मिहिरच्या मनगटापासून ते कोपरापर्यंतचं अंतर मोजलं.
आणि मिहिरला न दाखवता एका वेगळ्या कागदावर लिहिलं.

आता मिहिरने टाचेभोवती पैंजणासारखा दोरा फिरवून ते अंतर मोजलं.
मिहिरने मोजलेली दोन्ही अंतरं खूपशी सारखीच होती.

आता आजीने आपल्या जवळचा कागद दाखवला.
मिहिर खूश झाला!
ही तीनही अंतरं जवळपास सारखीच होती.

"थांब. आता माझ्या मी, काही गमती शोधून काढतो."
असं म्हणत मिहिरने खांद्यापासून कोपरापर्यंत
आणि
कोपरापासून मनगटापर्यंतचं अंतर मोजलं.....

तुम्हांला काय वाटतं...
हे अंतर सारखंच असेल की वेगवेगळं?
मोजून पाहा.. आणि शोधून काढा.

भजी टोळ

संध्याकाळी मिहिर आजी बरोबर बाजारात गेला.

कांदे, बटाटे आणि भाजी घेऊन दोघेजण घरी आले.

घरी आजोबा वाटच पाहत होते.

कांदे बटाटे पाहताच आजोबा म्हणाले, ''व्वा! आता मस्त भजी करता येतील. गरमागरम भजी आणि सोबत झणझणीत लसणाची चटणी म्हणजे यांव रे यांव!!''

डोळे मोठे करत आजी म्हणाली, ''या छोट्या मुलाच्या हातातली पिशवी पटकन घ्यावी, हे तुम्हांला सुचत नाही.

आणि भजी खायला सुचतंय?

कमाल आहे तुमची!''

''कांदे पाहिल्यावर भज्यांची आठवण नाही आली तर मग,

कांदे पोहे
खमंग थालीपीठ
चमचमीत मिसळ
चटकदार भेळ
यांची आठवण येतेच बुवा!

मला सांगा, कांदे पाहिल्यावर तुम्हांला कुठली आठवण येते हो?''

आजोबांचं बोलणं संपल्यावर आजीने मान हलवली. ''कांदा पाहिला की मला एका चिनी म्हणीची आठवण येते. 'जर कांद्याची असेल जाड साल, तर मजबूत

थंडीने होणार हाल.' या वर्षी किती थंडी पडणार ते कांदे सांगतात.''

आजीने असं म्हणताच मिहिरने एक कांदा उचलला आणि कानाला लावला.

मग वैतागून मिहिर म्हणाला, ''अगं आजी हा तर मला काही सांगतच नाही.''

''अरे या चिनी म्हणीचा अर्थ समजून घे.

कांदा पिकविणारे शेतकरी नेहमी ही म्हण वापरतात त्यात खरोखर तथ्य आहे. कांद्याची साल जर जाड असेल तर त्यावर्षी हमखास थंडीची तीव्रता अधिक असते.

कुठल्याही पिकाची टक्केवारी आणि त्या पिकाची प्रत ही त्यावेळच्या हवामानाच्या अनुकूलतेवर अवलंबून असते.

तसंच उन्हाळ्यातील हवा आणि जमिनीच्या तापमानावर हिवाळ्याची तीव्रता अवलंबून असते.

थोडक्यात काय....

तर कांद्याच्या सालीप्रमाणे अनेक झाडांच्या वाढीचा अभ्यास करून हवामानाचे अचूक अंदाज वर्तवता येतात.''

मिहिर म्हणाला, ''उष्णता मोजण्यासाठी फॅरनहाइट हे एकक वापरतात ना? पण आजोबा, तुमच्यासारखाच हा फॅरनहाइट नावाचा शास्त्रज्ञ होता बरं.''

आता आजोबा पुढे सरसावत म्हणाले, ''व्वा! अरे तापमान मोजताना अंश सेल्सियस हे एकक वापरतात. हा सेल्सियस स्वीडिश अवकाश संशोधक होता. तसंच हवेचा दाब मोजण्यासाठी पास्कल हे एकक वापरतात....''

"आणि पास्कल हा अठराव्या शतकातील फ्रेंच तत्त्वज्ञ आणि संशोधक होता. हो ना आजोबा?" असं मिहिरने विचारताच आजोबांनी आनंदाने मान डोलावली.

पुन्हा एकदा आजोबांनी कांदा भजी... कांदा भजी अशी भुणभुण सुरू केली.

आता मात्र आजी वैतागली.

आजी तणतणत म्हणाली, "तुम्ही म्हणजे ट्री क्रिकेट आहात. एक क्षण म्हणून शांत बसणार नाही. सारखी क्रीऽऽक, क्रीऽऽक सुरू."

मिहिरने विचारलं, "हा कोण ट्री क्रीकेट? हा कुणी शास्त्रज्ञ वगैरे आहे का?

आता मात्र आजोबा खळखळून हसले.

मिहिरच्या खांद्यावर हात ठेवत म्हणाले, "खरं म्हणजे हा शास्त्रज्ञच आहे.

पण हा तुझ्या माझ्या सारखा नाही तर हा झुडपात राहणारा एकप्रकारचा टोळ आहे.

त्याचे नाव ट्री क्रिकेट.

दिवसभर हा सारखा क्रीऽक... क्रीऽक आवाज काढत असतो.

याची तुला एक गंमत सांगतो.

दिवसा किंवा संध्याकाळी हा टोळ दर आठ सेकंदात 'क्रीऽक' असा आवाज कितीवेळा काढतो ते मोजायचं.

आणि गंमत म्हणजे त्या आकड्यात चार मिळवले तर त्या वेळचं तापमान आपल्याला समजतं.

म्हणजे समजा त्याने आठ सेकंदात पाच वेळा 'क्रीक' केलं तर त्यात चार मिळवायचे. म्हणजे त्यावेळचे तापमान असणार आहे नऊ सेल्सिअस!.......''

आजी म्हणाली, ''दहापैकी नऊ वेळा हे तापमान अचूक असतं. फारतर एक सेल्सिअसचा फरक आढळतो.''

''म्हणजे समजा तापमान वाढलं तर हा टोळ तेव्हढ्याच काळात जास्तवेळा आवाज काढणार.

म्हणजे त्याची भुणभुण वाढणार. हो ना आजी?''

असं मिहिरने विचारताच आजोबांनी पुन्हा एकदा कांदा भजी... कांदा भजी... कांदा भजी... अशी भुणभुण सुरू केली.

आजोबांकडे पाहत आजी म्हणाली, ''पण हा 'भजी टोळ' मात्र तेल गरम
झालं की भुणभुण करतो..
आणि..
भजी खाल्ली की ढरामढूर ढेकरा देतो.''

हे ऐकल्यावर मिहिर उड्या मारत हाऽऽ हुऽऽ करत हसला.
पण आजोबांना त्यावर काही बोलताच आलं नाही.
कारण त्यावेळी आजोबांच्या समोर
आजीने गरमागरम .... ठेवली.

ओळखा पाहू?
आजीने गरमागरम कॉफी ठेवली?
पाव भाजी ठेवली?
की....?

सजीव घड्याळ

आजीने तव्यावर भाकरी टाकली आणि आजोबांना जेवण्यासाठी हाक मारली.
नेहमीप्रमाणे आजोबा म्हणाले, ''हं आलोच दोन मिनिटांत.''

दहा मिनिटे झाली तरी आजोबांचा पत्ताच नाही.
भाकरी निवाली. जेवण पण थंड होऊ लागलं.
आजी रागावून म्हणाली, ''काय हे? काही शब्दाला, वेळेला काही किंमत आहे की नाही? किती सेकंदाचं एक मिनिट असतं हो तुमचं?
आणि आता काय गारढोण जेवण जेवायचं वाटतं?''

आजोबा तणतणत म्हणाले, ''कमाल आहे! जरा दोन सेकंद उशीर झाला तर केव्हढा आरडाओरडा!! आणि जेवण कशाला थंड होतंय, तुझ्या डोक्यावर ठेवलं तर होईल की गरम!''
आता मात्र आजी खरोखरीच गरम झाली.

''जेवण झाल्यावर दाखवतेच तुम्हांला तुमची दोन मिनिटं आणि दोन सेकंदं!'' असं म्हणत आजी मिहिरची वाट पाहू लागली.
इतक्यात मिहिर आलाच.
दप्तर कॉटवर फेकत मिहिर भुणभुणला, ''आजी भूक.''
आजीचा नेहमीचा मंत्र सुरू झाला, ''आधी हात पाय धू. कपडे बदल....''

आता आजोबांच्या पोटातसुध्दा कावळे काव काव करायला लागले होते.
आजोबा म्हणाले, ''चल दोन मिनिटांत आवर आणि जेवायला चल.''

"आली का पुन्हा तुमची दोन मिनिटं?

मिहिरला आवरायला दोन नाही तर नऊ मिनिटं लागतील पाहा." असं आजीने म्हणताच भुवया उंचावत आजोबा म्हणाले, "आँ! कशावरून?"

"म्हणजे...? माझ्याकडे आहे की घड्याळ!" असं आजी म्हणाली आणि आजोबा भिंतीवरल्या घड्याळाकडे पाहू लागले.

आजोबांना हसत आजी म्हणाली, "अहो ते भिंतीवरचं घड्याळ नव्हे हो. मी म्हटलं माझ्याकडचं घड्याळ!! म्हणजे माझ्याकडचं तुम्हांला न दिसणारं घड्याळ! कळलं का?"

आजोबांना काहीच कळलं नाही.

त्यांनी मिशा फेंदारत आजीला विचारलं, "अगं पण तुला तरी दिसतं का ते घड्याळ?"

आजीने 'नाही' अशी मान हलवली आणि इतक्यात मिहिर धावत येऊन आजीवर धडकला.

आजोबांनी सहजच भिंतीवरच्या घड्याळात पाहिलं, तर खरोखरंच नऊ मिनिटं झाली होती. आजोबांना नवलच वाटलं!

"हे घड्याळ प्रकरण मला काही कळलेलं नाही बुवा?

मिहिर तुझ्याकडे आहे का असं काही घड्याळ? जे तुलाच काय पण कुणालाच दिसत नाही, पण असतं मात्र तुझं?" आजोबा जेवताना हे काय बोलताहेत ते मिहिरला काही कळेचना.

तो त्यांच्याकडे जरा संशयानेच पाहू लागला.

तो त्यांच्याकडे पाहत भीत भीत म्हणाला, "पण माझ्याकडे जर घड्याळ असेल तर ते मला दिसेलच ना? काय? म्हणजे माझ्याकडे एक न दिसणारं घड्याळ आहे, असं तुम्हांला म्हणायचं आहे की काय आजोबा?"

“अरे सगळ्यांकडेच असतं असं न दिसणारं घड्याळ.” आजी पुढे बोलू लागली, “प्रत्येक शरीराचं एक स्वतंत्र सजीव घड्याळ (बॉयॉलॉजिकल क्लॉक) असतं. शरीरात ठरावीक वेळ घेत क्रमाक्रमाने कृती घडत असतात. आणि गंमत म्हणजे शरीरातील एकच कृती सकाळी व रात्री वेगवेगळ्या गतीने होत असतात.

उदाहरणार्थ, रात्रीच्यावेळी शरीराची रोगप्रतिकारशक्ती सकाळी असते त्यापेक्षा कमी असते. रक्तदाब सकाळी कमीतकमी तर रात्री झोपण्यापूर्वी जास्त असतो. अशा प्रकारे शरीराच्या प्रत्येक कृतीचं विशिष्ट घड्याळ असतं. ”

आजीला थांबवत मिहिरने विचारलं, “पण हे शोधलं कसं काय?”

“त्या बाबतीत काही मजेशीर प्रयोग केले आणि त्यातूनच या आपल्या सजीव घड्याळाला पाठिंबा देणाऱ्या अनेक गोष्टी समजल्या.

आता तुला माहीतच आहे की, पृथ्वीच्या फिरण्यामुळे दिवसरात्र सर्व ठिकाणी वेगवेगळे असतात. म्हणजे पृथ्वीच्या अर्ध्या भागात दिवस असेल तर उरलेल्या भागात रात्र असते.

अमेरिकेतून भारतात आल्यावर प्रवाशांची दिवस व रात्र यांची वेळ बदलते. त्याप्रमाणे जुळवून घेण्यासाठी शरीराला दोन तीन दिवस लागतात.” असं आजीने सांगताच मिहिरने विचारलं, “पण समजा, दिवस व रात्र यांची कल्पना न देताच एखाद्या माणसाला बंद खोलीत ठेवलं तर मग अशावेळी त्या घड्याळाचं काय होईल?”

“असाही प्रयोग झाला आहे. अशावेळी शरीराचं घड्याळ चक्क पंचवीस तासांचा दिवस नोंदवतं बरं!” आजीला थांबवत मिहिर म्हणाला, “पण आपण वेळेचा अंदाज करतो तो कशामुळे?”

"अगदी साधी गंमत बघ.

पाण्याच्या पिंपात नळ सोडून आजोबा पेपर वाचत असतात.

मधेच एक दोनदा ते पिंपात डोकावून पाहतात, पुन्हा पेपरात डोकं खुपसतात.

पण कधीही पिंप वाहत नाही. ते वेळेवर नळ बंद करतात.

कारण आपल्या शरीरातील ज्ञानेंद्रियांना होणाऱ्या संवेदना आणि आपलं पूर्वज्ञान किंवा अनुभव यावरून आपण वेळेचा अंदाज करू शकतो."

"म्हणजे आजोबा त्यांच्या शरीरातल्या त्या सजीव घड्याळाची मदत घेत असतात तर...." मिहिरला थांबवत आजी म्हणाली, " हो! पण कधीकधीच.

नेहमी नव्हे बरं.

नाहीतर दोन मिनिटांत येतो असं सांगून ते कधी येतात ते त्यांनाच विचार....."

आजोबा मिहिरची पाठ थोपटत म्हणाले, "व्वा!
आज आजीने माझ्या घड्याळाला अशी काही चावी मारलीय की......."
"आजपासून दोन मिनिटं म्हणजे दोनच मिनिटं!"

ओळखा पाहू,
शेवटचं वाक्यं कुणी म्हटलं असेल?
दोनच मिनिटांत ओळखा...
नाहीतर...

अर्धा झाला डबल

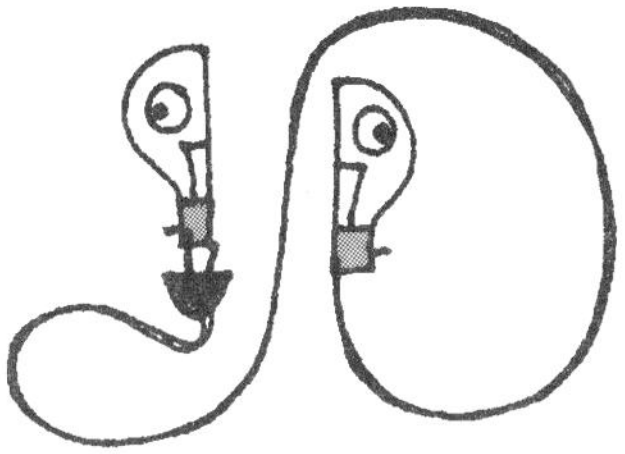

शाळेतून आल्या-आल्या मिहिरने कॉटवर पाठीवरची सॅक टाकली.
आणि आता तो पुढे काही बोलणार इतक्यात आजीचा मंत्र सुरू झाला, ''आधी हात पाय धू. कपडे बदल आणि मग काय ते सांग.''

जेवायला बसल्यावर मिहिर म्हणाला, ''आज मला अर्धी पोळी, अर्धी भाजी आणि अर्धी कोशिंबीर हवी आहे.''

''आता हे काय नवीनच? काय हवं असेल ते पूर्णच मिळेल.'' आजोबा करवादले.

''अहो आजोबा, आज आम्हांला शाळेत सगळं अर्ध-अर्धच शिकवलं. कुठलीच गोष्ट पूर्ण झाली नाही.
गंमत म्हणजे गणिताच्या तासाला कुठलाही कोन कंपास वापरून अर्धा कसा करायचा हेच शकवलं...''

''पण ते तरी पूर्ण शकवलं का? की अर्धच?''

मिहिर हसत म्हणाला, ''अगं आजी, शिकवलं पूर्ण पण आम्ही कोन केला अर्धा बरं का.''
''पण मिहिर तुला माहीत आहे का?
काहीवेळा एखादी गोष्ट अर्धी केली तर ती अधिक मोठी होते. म्हणजे जवळ-जवळ दुप्पट होते.''

आजोबांना थांबवत मिहिर म्हणाला, ''हॅऽ, माझा नाही विश्वास बसत. असं कसं होईल. गोष्ट अर्धी केली तर दुप्पट कशी होईल? तुम्ही दाखवाल करून?''

''अरे मी कशाला, तू सुध्दा करशील.''

''ती कशी काय?'

''अरे मी जर तुला एक मस्त गोष्ट सांगितली ना, तर तुलासुध्दा करता येईल ही जादू.''

''पण आजोबा, तुम्ही अर्धीच गोष्ट सांगणार की पूर्ण?''

मिहिरने असं वचारताच आजोबा हसत म्हणाले, ''अर्धी कशाला, पूर्णच गोष्ट सांगेन की! मी काही तुमच्या शाळेचा विद्यार्थी नाही.''

आजोबांना थांबवत आजी म्हणाली, ''आधी पूर्ण जेवण झाल्याशिवाय गोष्ट-बिष्ट काही नाही. आणि मलासुध्दा ऐकायची आहे ती गोष्ट. जेवल्यावर आवरायला मला जरा दोघांनी अर्धी-अर्धी मदत करा.''

पटापट आवरून आजी आणि मिहिर गोष्ट ऐकायला बसले.

''ही स्वातंत्र्यपूर्व काळातली गोष्ट आहे. एकदम खरी गोष्ट.

१९४२ साली सगळे तुरुंग भरले होते. तरीही रस्त्यावर उतरून लोकांची आंदोलनं सुरूच होती. मग ब्रिटिशांनी एका उंच इमारतीतल्या शेवटच्या मजल्यावरच्या एका खोलीत काही नेत्यांना डांबून ठेवलं. त्या खोलीला एकच खिडकी होती.

काही करून तिथून पळणं गरजेचं होतं.

कारण एकदा का तुरुंगात नेलं की पळणं कठीण. थोडी शोधाशोध केल्यावर त्यांना त्या खोलीत एक दोर सापडला.

समजा तो दोर जर खिडकीला बांधला असता तरी त्याचं दुसरं टोक उंचावर लोंबकळतच राहिलं असतं इतका तो आखूड होता. काय करावं त्यांना समजेना.

पण आपले नेते लई भारी!

त्यातले एक जण म्हणाले, "अहो तो दोर मधोमध कापा म्हणजे डबल होईल. म्हणजे आपण पण एकापाठोपाठ नऊ दो ग्याराह!!" कळलं का आता मिहिर?"

इतक्यात आजी घरातला सुंभाचा तुकडा घेऊन आली.

मिहिरला दोर दाखवत ती म्हणाली, "अरे, दोर हा नेहमी दोन दोऱ्यांना एकमेकांभोवती पीळ घेऊन बनवलेला असतो. दोर उभा धरून तो पीळ सोडवला की त्याचे दोन स्वतंत्र नग होतात. आणि ते आता जोडले की दोराची लांबी झाली की दुप्पट."

आजी बोलत असताना,
मिहिरने तो दोराचा तुकडा खरोखरच उलगडून पाहिला.
आजोबांकडे पाहत म्हणाला,'
लांबी झाली दुप्पट
आणि
सुटका झाली पटपट."

"अरे मिहिरू,
पटपट सुटका नव्हे तर.
धडपड सुटका झाली.
त्या दोरावरून पळताना त्यातले एकजण चांगलेच धडपडले.
ते कोण ते माहीत आहेत तुला",
असं आजीने म्हणताच,
मिहिरने आजोबांना घट्ट मठी मारली.

सांगा पाहू,
मिहिरने आजोबांना काय वचारलं असेल?

ओला कागद... निळी शाई

"या मिहिरचा अभ्यास म्हणजे पसाराच फार. हा अभ्यासाला बसला की घरात सगळ्यांना बसूनच राहावं लागतं. घरातल्या घरात फिरता येत नाही.

साधा फोन आला तरी जाऊन तो घेता येत नाही." आजोबांची कुरकुर सुरू होती.

मिहिर चटईवर लोळत पुस्तक वाचत होता.

त्याच्या बाजूला उघडलेलं दप्तर, पेनं, पेन्सिली, पुस्तकं, वह्या, पाण्याची बाटली, चित्रकलेची वही, रंग, ब्रश आणि तोंड उघडं ठेवून पडलेली कंपासपेटी.

मान वर करून मिहिर म्हणाला, "आजोबा, अभ्यास झाला की, मी पसारा आवरीनच.

अभ्यास करताना असा पसारा असला ना की शोधाशोध करावी लागत नाही.

सगळं कसं हाताशी असतं बघा....."

इतक्यात फोनची बेल वाजली.

फोन घेण्यासाठी आजोबा धावणारच होते, त्याचवेळी आजोबांना जाण्यासाठी जागा मिळावी म्हणून मिहिरने अभ्यास-पसारा बाजूला लोटला.

आणि नेमकं तेच झालं!

मिहिरने न बघताच आजोबांच्या बरोब्बर पायाखालीच सारा पसारा लोटला.

नेमका पुस्तकावर पाय पडायला नको म्हणून आजोबांनी पाय लांब टाकला आणि पाण्याची बाटली धपकन आडवी झाली. घाबरून मिहिर किंचाळला.

जुन्या वहीतल्या पानांनी अंघोळ केली. वही पाण्यात मस्त भिजली.

आजोबा घसरणारच होते, पण त्यांनी खुर्ची पकडली.

हे विचित्र आवाज ऐकताच आजी लगाबगा धावत आली.
काय झालं असेल याचा तिला अंदाज आला.
पाणी टिपायला ती पोतेरं घेऊन आली.
पाण्यात भिजलेली वही आजोबांनी उचलली.
मिहिरने बाकीचा पसारा आवरायला सुरुवात केली.

आजोबांनी ओल्या वहीचं पाणी झटकलं. आणि आता त्याची पानं वेगळी करणार तर... त्यांना धक्काच बसला.
वहीची पानं एकमेकांना जाम चिकटली होती.
अगदी गोंद लावल्यासारखी चिकटली होती.

अरे बापरे! आता ही पानं सोडवायची कशी? आणि नुसत्या पाण्याने ही पानं एव्हढी चिकटलीच कशी? आजोबांना क्षणभर कळेचना.

आजोबा मिहिरवर करवादले. "काय रे, तू निळ्या शाईने लिहितोस की गोंदाने? जरा पाणी पडलं तर या साध्या वहीची एकदम 'चिकट-वही'च तयार झाली की!"

आजोबा पानावर पानं घासून वेगळी करण्याचा प्रयत्न करू लागले.

दात-ओठ खात जोर लावू लागले.... इतक्यात आजीने पाहिलं.

डोळे मोठे करत आजी ओरडली, "अहो काय करताय काय?

जरा त्या अणू-रेणूंचा विचार करा. नाहीतर मला विचारा. काऽय?"

आजीची री पुढे ओढत मिहिर म्हणाला, "आजोबा आधी आजीला विचारा आणि मगच काय तो प्रयोग करा. नाहीतर माझी वही फाटेल हं."

आजोबा चिडचिडत म्हणाले, "ते अणू-रेणूचं काय म्हणालीस? या कागदावर पाणी पडलं तर त्या अणू-रेणूनां थंडी वाजते? की त्यांचं नाक ओलं होतं?..."

"अणू-रेणूंचं काय होतं ते मी तुम्हांला सांगते. मग तुम्हीच ठरवा त्याला थंडी म्हणायचं की पडसं?"

आजी पुढे सांगू लागली, "पदार्थ हा अणूंनी बनलेला असतो.

आणि अणू एकत्र येऊन रेणू बनतात.

पाण्याचा रेणू हा ध्रुवीय रेणू आहे.

ध्रुवीय रेणूंना दोन ध्रुव असतात.

एक धन आणि एक ऋण.."

मिहिर मधेच म्हणाला, "हां, म्हणजे चुंबकाला जसे उत्तर व दक्षिण असे दोन ध्रुव असतात त्याप्रमाणेच ना?"

"हो! पण हे धन आणि ऋण ध्रुव अत्यंत सूक्ष्म रूपात असतात.

विरुद्ध ध्रुव एकमेकांना आकर्षित करतात आणि पाण्याचे रेणू एकमेकांना चिकटतात.

आणि या गुणधर्मामुळे जे पदार्थ ध्रुवीय रेणूंनी बनलेले असातात त्या सर्व पदार्थांना पाणी चिकटतं.

आणि त्या पदार्थाचे दोन रेणू एकत्र आले की पाण्याच्या ध्रुवीय आकर्षणामुळे पदार्थाचे रेणूही आकर्षित होतात व पदार्थ चिकटतो....''

''म्हणजे याचा अर्थ असा की.. कागद हा सेंद्रिय पदार्थांचा बनलेला असल्याने त्यातील काही रेणू ध्रुवीय आहेत. म्हणून कागद पाण्याला चिकटतो म्हणजेच.. कागद पाणी शोषून घेतो. हो ना आजी?''

मिहिरची पाठ थोपटत आजी म्हणाली, ''एखादी नवीन गोष्ट तू अगदी सहजच शोषून घेतोस असं दिसतंय.

पण सगळ्यांनाच असं जमतं असं नाही बरं...''

आजोबा सरसावून म्हणाले, ''हे बघ, हा ओला कागद कसा सोडवायचा ते तर सांग. मी पण शोषून घेतो थोडीशी आयडिया.''

''दोन ओले कागद सावकाश ओढून न फाडता वेगळे करता येतात.

पण एकमेकावर घसटून वेगळे करता येत नाहीत.

घसटण्याच्या क्रियेमधे पाण्याच्या रेणूबंधांना तोडावं लागतं.

आणि यासाठी अधिक बल वापरावं लागल्याने कागद फाटतो....''

आजीला थांबवत आजोबांनी विचारलं, ''मला अजून एक गोष्ट समजली नाही. नुसत्या पाण्यामुळे हा चिकटपणा कसा काय तयार होतो?''

''पदार्थाचं चिकटणं हे दोन प्रकारच्या बलावर अवलंबून असतं.

दोन सारख्या अणूंमधील 'समकण आकर्षण' तर दोन वेगवेगळ्या अणूंमधील 'विषमकण आकर्षण'.

पाण्याच्या अणूमधे ही दोन्ही बलं कार्य करतात.

याचं सोपं उदाहरण म्हणजे घर बांधताना कोरडी वाळू....''

आजीला थांबत मिहिर ओरडला, ''मी सांगतो..
घर बांधताना कोरडी वाळू घेऊन घर बांधता येत नाही
तर
ती ओली करावी लागते.
वाळूत पाणी मिसळावं लागतं....''

हसतच आजोबा पुढे म्हणाले, ''कारण मला आत्ताच समजलंय की..
पाणी आणि वाळू यामधे विषमकण आकर्षण कार्य करतं
तर
पाण्याच्या अणूमधे समकण आकर्षण काम करतं
त्यामुळे वाळू चिकट होते.
काऽय बरोबर आहे ना आजीबाई?''

खू खू हसत आजी म्हणाली,
''मला वाटलं होतं डोक्यावरून पाणी जातं की काय?
पण गेलं बाई डोक्यात!
अगदी बरोबर आहे तुमचं!!''

इतक्या सगळ्या गप्पा होईपर्यंत
भिजलेली वही सुकली
आणि
पानं फडफडू लागली!!

चेंज ऑफ वर्क

घरातले सगळेजण काम करणार. त्यामुळे घरामधे सगळ्यांची कामं ठरलेली.

सगळ्यांच्या अंघोळी झाल्या की वॉशिंग मशीन सुरू करून आजोबा त्यात कपडे धुणार.

धुतलेले कपडे आजी सरसर वाळत घालणार.

या दोघांना मिहिर मदत करणार.

आज सुटी असल्याने सगळ्यांच्या अंघोळी जरा उशिराच झाल्या.

त्यात नाश्ता पण चांगला चमचमीत असल्याने, आजोबांनी त्यावर चांगला आडवा हात मारला. आता तर त्यांचे डोळे जड होऊ लागले.

कपड्यांच्या ढिगाकडे बोट दाखवत आजी काही बोलण्याआधीच आजोबा म्हणाले, "सुटीच्या दिवशी जरा चेंज ऑफ वर्क केलं पाहिजे.

मिहिर आज तू आजीकडून कपडे कसे धुतात ते शिकून घे.

मग मी पटापटा वाळत घालीन. काय?"

"तोपर्यंत तुम्ही जरा आडवे होणार असाल?" आजी असं म्हणेपर्यंत आजोबा तयारीला लागलेच होते.

मिहिर आणि आजी कामाला लागले. मिहिरने कपडे मशीनमधे टाकले.

आजीने मशीन सुरू केलं. वीस पंचवीस मिनिटांत कपडे धुऊन झाले.

आजोबांना हलवत मिहिर म्हणाला, "आजोबा उठा. आपण चेंज ऑफ वर्क करूया." आजोबा डोळे चोळत उठून बसले.

इतक्यात हातात काठी घेऊन आजी तरातरा आली.

हे पाहताच आजोबा दचकून उठत किंचाळले, "हे काय? माझं डोकं फोडतेस की काय?"

"ही काठी घ्या....... कपडे वाळत घालायला."

आणि मग आजोबांच्या कानाजवळ तोंड नेत आजी म्हणाली, "डोकं असतं तर फोडलं ही असतं मी, बरं का."

आजोबा काठी घेऊन मागे वळले तोपर्यंत आजी किचनमधे पळाली होती.

मिहिरने ड्रायरमधले कपडे काढले. बादलीत भरले. बादली ढकलत गॅलरीत नेली.

आजोबांना दोरीवर कपडे वाळत घालण्याची अजिबात सवय नव्हती. त्यामुळे कपडे काठीवरून दोरीवर पोहोचण्याच्या आधीच खाली पडत. उलट सुलट नेम धरून, दोरीवरचे कपडे आजोबा काठीने इकडे तिकडे ओढत.

इतक्यात आजी आली, म्हणाली, "काय, कसं काय चाललंय तुमचं चेंज ऑफ वर्क?"

हे ऐकल्यावर आजोबा चिडलेच! त्यांचा स्फोटच झाला.

हातातली काठी जमिनीवर आपटत ते म्हणाले, "उगाच चिडवायचं कारण नाही बरं! या दोऱ्याच जाम ढिल्या पडल्या आहेत म्हणून. नाहीतर.. व्यवस्थित कपडे वाळत घातले असते मी. समजलं?"

"अहो, कितीही ताणून बसवल्या ना या दोऱ्या, तरी कपड्याच्या वजनाने याला थोडा मध्ये झोल येणारच की! अगदी ताठ काही या राहणार नाहीत." असं आजीने म्हणताच आजोबा हट्टाला पेटले.

दोन हातात काठी घट्ट धरत आजोबा म्हणाले, "असं कसं काय शक्य आहे? कपडे काय इतके वजनी आहेत वाटतं? अगदी मणा-मणाचे?"

त्यांना थांबवत आजी म्हणाली, "आपण एक छोटासा प्रयोग करून पाहूया का?"

आजोबांनी कपड्यांची बादली बाजूला ढकलली.

आजीने एक दोरा घेतला. त्याचं एक टोक खिडकीच्या गजाला बांधलं. दुसरं टोक आजोबांच्या हातात दिलं. "चांगलं ताणून धरा हं. अजिबात झोल यायला नको." असं आजीने म्हणताच, आजोबा फूल टू तयारीत राहिले.

आजीने वर्तमानपत्र घेतलं. आणि चिमट्याच्या मदतीने दोऱ्याच्या मध्यभागी अडकवलं. त्याबरोबर दोऱ्याला मधे झोल आला.

भुवया उडवत आजी म्हणाली, "अहो, लक्ष कुठाय? नीट ताणून धरा दोरा. पाहा झोल येतोय."

आजोबांचे प्रयत्न सुरूच होते.

दोरा कितीही ताणून धरला तरी त्याला झोल हा यायचाच. आजोबांनी शेवटी इतक्या जोरात दोरा ओढला की तो तुटलाच!

त्यावेळी मिहिर पटकन म्हणाला, "दोरा जोरात ओढल्यावर तो मधला झोल जरा कमी झाला होता. पण दोरा पूर्ण ताठ काही झाला नाही."

"अगदी बरोबर!

मधे अडकवलेल्या या पेपरवर गुरुत्वाकर्षणाचं बल काम करतं म्हणून दोरा मध्यभागी वाकतो. आपण दोरा ओढतो म्हणजे त्याच्या दोन्ही बाजूंनी बल लावतो. दोरा ओढतो म्हणजे सरळ ठेवतो. त्यामुळे गुरुत्वाकर्षणाचं बल आणि हे खेचणारं बल एकमेकांच्या काटकोनात येतात. आणि मुख्य म्हणजे.. एक बल दुसऱ्या बलाला काटकोनात तोलू शकत नाही.

यावर मधेच मिहिर म्हणाला, "म्हणजे ते पण चेंज ऑफ वर्क करत नाहीत तर?"

आजी पुढे म्हणाली, "त्याचप्रमाणे बलाचा विचार करताना आपल्याला त्याच्या दिशेचंही भान ठेवायला लागतं. त्यामुळे...."

आजीचं बोलणं पुरं करत आजोबा म्हणाले,
"त्यामुळेच माझं सगळं बल वापरून, त्या झोल आलेल्या दोऱ्यांवर कपडे
वाळत घालायचं वर्क करायला आता मी जातो आहे.
उगाच न ताणता मला कोण मदत करेल?"

हात उंचावत मिहिर म्हणाला, "मी आहे बलवान."

मग तिघांनी मिळून
काय चेंज ऑफ वर्क केलं असेल,
हे तुम्ही ओळखलंच असेल.

आठवा ८वी गोष्ट

मिहिर घरी आला तो पाय आपटतच.

नेहमी घरी आल्यावर भूक भूक करणारा तो आज म्हणाला, "मला नको जेवायला.

माझ्या डोक्यात सगळी मिसळ झालीय.

इतिहास, भूगोलाचा चिवडा झालाय.

गणिताची भजी झालीयेत...."

मिहिरची बोलणं पूर्ण होण्याआधीच त्याला टाळी देत आजोबांनी त्याला विचारलं, "काय शाळेत मिसळ...चिवडा आणि भजी..? मजा आहे बुवा तुमची!

आम्हांला शाळेत रोज बेदम मार आणि सणासुदीला धम्मक लाडू मिळायचे!

बरं मला सांग मिसळ चांगली झणझणीत तरी होती ना?"

आजी आजोबांना दटावत म्हणाली, "काय हे बोलणं?

तो सांगतोय काय.. आणि तुमच्या तोंडाला पाणी सुटतंय?....."

मिहिरला जवळ घेत आजी म्हणाली, "आधी जेवून घे. मग मला सांग काय झालं ते."

जेवण झाल्यावर मिहिर म्हणाला, "आज माझा शाळेत प्रॉब्लेमच झाला. इतिहास, भूगोल आणि गणिताची डोक्यात खिचडी झाली ग.

त्याला थांबवत आजी म्हणाली, "अरे ही कुठली भाषा? असं बोललं तर काहीच कळत नाही. नीट सांग बरं सगळं."

''इतिहासातली ती राजांची नावं, त्यांचे कालखंड, भूगोलातली खरीप आणि रब्बी पिकं, प्रदेश आणि खाणी, गणितातली सूत्रं हे सगळं आज माझ्या डोक्यात एकमेकात मिसळूनच गेलं.

खरीप पिकांची नावं आठवायला लागलो तर मला राजांचीच नावं आठवायला लागली. आणि गणितातल्या सूत्रांच्यावेळी त्या राजांच्या सनावळ्या. काय करू मी? नीट लक्षात ठेवायची एखादी आयडीया माहीत आहे का तुला? मला तर डोक्यात जत्रा भरल्यासारखं वाटतंय!''

मिहिरच्या केसातून हात फिरवत आजी म्हणाली, ''आहे की आयडिया! अगदी सोपी.

पण त्याआधी आपण एक खेळ खेळू.
तू मला कुठल्याही पाच वस्तू सांग.
त्या क्रमवार कशा लक्षात ठेवायच्या ती गंमत तुला सांगते.''

''पेपर, चष्मा, मोबाईल, घड्याळ आणि पलंग.''

''छान! आता हा क्रम लक्षात ठेवण्यासाठी यातली प्रत्येक गोष्ट कशाशी तरी जोडू म्हणजे ती लक्षात राहते.

उदा.आपल्याकडे एकच पेपर येतो, म्हणून पेपर क्र. एक.

चष्मा दोन डोळ्यांसाठी असतो. चष्मा घातल्याशिवाय मला मोबाईल दिसत नाही. आपल्या चवथ्या भिंतीवर घड्याळ आहे आणि त्याखाली पलंग.

आता मला सांग मोबाईलचा क्रमांक.'' असं आजीने म्हणताच मिहिर म्हणाला, ''एक पेपर, दोन चष्मा आणि चष्मा घातल्यावर मोबाईल... म्हणजे तिसरा.''

"शाबास! तुला यातली गंमत कळली का?
लक्षात ठेवायच्या वस्तूंची यादी एकेक आकड्यांशी जोडायची.
ही यादी दोन तीनदा मनात घोळवायची.
आकडा आठवला की चित्र आठवतं तशी वस्तूही आठवते."

"पण प्रत्येक वेळी हे जमेलच असं नाही. काहीवेळा आकडे सोडून काहीतरी वेडावाकडा संबंधच जोडावा लागला तर?"

"काही काळजी करू नकोस. संबंध वेडावाकडा असेल तर आणखी चांगलं. कारण मेंदूला असल्या फुटकळ गोष्टी पटकन आठवतात."

"पण आजी मला हे सांग की आपण आठवतो म्हणजे नेमकं काय करतो?
किंवा एखादी गोष्ट आपल्याला पटकन आठवते याचा नेमका कशाशी संबंध असतो ग? हेच जर कळलं तर लक्षात ठेवणं सोपं होईल."

चांगला प्रश्न विचारलास बघ.
'आठवणे' ही कृती तीन गोष्टींशी संबंधित असते.
१. एखादी संवेदना माहितीच्या स्वरूपात मेंदूने स्वीकारणं.
२. या स्वीकारलेल्या माहितीचं स्मृतिकोशात जतन करणं.
३. आणि ही माहिती हवी असेल तेव्हा स्मृतीतून काढून वापरणं.

ही झाली कार्यपद्धती.
ही स्मृतीमधील माहिती रोजच्या वापरातल्या गोष्टींशी जोडली की ती सहजपणे आठवते, असं संशोधनाने सिद्ध झालेलं सूत्र आहे.

आणि मेंदूच्या कार्यपद्धतीचा अभ्यास केल्यावर असं आढळलं की, मेंदूला शब्द उच्चारात साम्य असलेल्या, गटांनी असणाऱ्या किंवा एकमेकांशी दृश्याने वा चित्राने संबंध असणाऱ्या गोष्टी आठवणं सोपं जातं.

एखादं उदाहरण सांग म्हणजे मला पक्कं समजेल.
आपण मघाचचीच गंमत पाहू. पण त्यात थोडी भर घालायची तर...
इतक्यात आजोबा आले आणि म्हणाले, "कात्री काळ्या कपाटात व हातोडी हंड्यात ठेवलीय.
आता 'क' या शब्दामुळे कात्री-कपाट व 'ह' मुळे हातोडी-हंडा हा संबंध आठवतो. आणि त्यामुळे अनेक दिवसांनी कात्री व हातोडी कुठे ठेवलीय ते पक्कं आठवतं. अशा अक्षरांच्या नात्यांना इंग्रजीत 'निमोनिक्स' म्हणतात.

आजोबांना टाळी देत मिहिर म्हणाला,
"एकदम सही!
आता दहापैकी आठवा ८ वी गोष्ट..
सहज शक्य आहे."

केळी पेहेलवान!

मिहिर शाळेतून घरी आला. दरवाज्यातून आत पाऊल टाकताच त्याने एक खोल श्वास घेतला. कॉटवर दप्तर फेकत आनंदाने तो ओरडला, ''वॉव! बटाट्याची भाजी!! चल लवकर वाढ आजी.''

बटाट्याची भाजी म्हणजे मिहिरची आवडीची भाजी आणि आजोबांची दुश्मन भाजी. आजोबांना बटाटा आवडतो खूप पण त्यांना बटाटा खाल्ला तर त्रास़ होतो. त्यामुळे त्यांना त्या दिवशी भाजीच्या ऐवजी दही-साखर किंवा शिक्रण पोळी असं काहीतरी खावं लागतं.

मिहिर काहीएक कटकट न करता लगेचच जेवायला बसला.
तो आजोबांना चिडवत म्हणाला, ''व्वा..व्वा! आज सगळी भाजी मला.
आणि कढईमधे ती खाली लागलेली खरपूस भाजी पण मलाच!
आणि त्या जिऱ्याच्या फोडणीमुळे मस्तच झालीए भाजी!!''

आता मात्र आजोबा धुसफुसत म्हणाले, ''हॅं. बटाटा म्हणजे फुसका प्रकार.
शिक्रण म्हणजे केळी, दूध, साखर आणि वेलची.
त्या तुझ्या बटाट्यापेक्षा हजारपटीने जास्त ताकदवान.
जास्ती प्रोटीन्स व भरपूर जीवनसत्वं. क्या समझे?''

आता यावर काय बोलावं हे काही मिहिरला समजेना.
त्याने हळूच आजीकडे पाहिलं. आजीला काय ते समजलं.
आजोबांकडे पाहत आजी म्हणाली, ''खरंय यांचं म्हणणं. मला तर असं वाटतं, आपल्या घरातील सगळ्यात ताकदवान माणूस म्हणजे आजोबाच.''

आपला दंड फुगवून दाखवत आजोबा म्हणाले, ''हो तर!
अगं लहानपणापासून रोज सकाळी व्यायाम करतोय.
नुसते बटाटे खाऊन काही शक्ती येत नाही म्हटलं!
त्याला हवा दूध आणि व्यायाम. क्या समझे?''

आता मिहिरची आणखीनच पंचाईत झाली.
''आता जेवण झाल्यावर आपण एक शर्यत घेऊ.
बटाटा विरुद्ध केळी. मी तुम्हां दोघांसमोर एक जाडसर कागद ठेवीन.
तुम्ही फुंकर मारून तो उलटा करून टाकायचा.'' आजीने असं म्हणताच आजोबा म्हणाले, ''आधी मी. नंतर तो बटाटा.''
आजोबांनी वाटीतली शिक्रण गटागटा प्यायली आणि मिशा पुसत ते उठले.

आजोबांचा उत्साह पाहून मिहिर थोडा घाबरलाच होता.
पण आजीने डोळ्यानेच खूण करून त्याला धीर दिला.

आजोबा तयारीत बसत म्हणाले, ''हं. जाडसर कागद म्हणजे किती जाड?''
''अहो, म्हणजे आपले ते खेळायचे पत्ते असतात ना तेव्हढा जाड कार्डपेपर.''

घरी येणाऱ्या लग्नाच्या निरनिराळ्या निमंत्रण पत्रिका आजोबा एका पिशवीत जपून ठेवतात. कारण या पत्रिकांची पाठकोरी बाजू निरनिराळ्या कामांसाठी वापरता येते.
मिहिर धावत जाऊन ती पिशवी घेऊन आला.
त्याने त्यातलीच एक जाडसर पत्रिका बाहेर काढली. ती पाहताच आजीने मान डोलावली.

त्या पत्रिकेची लांबी सुमारे पंधरा सेंटीमीटर तर रुंदी दहा सेंटीमीटर होती.

आजीने ती पत्रिका टेबलावर आडवी ठेवली. लांबीच्या दोन्ही बाजूने दीड-दीड सेंटीमीटर वर तिने खूण केली. त्याठिकाणी घड्या घातल्या व त्या उघडल्या. त्यामुळे हा घडी घातलेला भाग काटकोनात उभा राहिला. एव्हढावेळ टेबलावर सपाट पसरणारी ही पत्रिका आता इंग्रजीतील 'सी' प्रमाणे दिसू लागली. त्यातली एक कडा मग आजीने किंचित खालच्या बाजूने चेपली.

आजीने हा जाडसर सी टेबलाच्या कडेपासून दहा-बारा सेंटीमीटर अंतरावर ठेवला.

मिशांवर हात फिरवत आजोबा म्हणाले, ''चला लवकर. एक हलकिशी फुंकर मारली तरी हा उलटा का पुलटा होऊन जाईल.''

आजोबांकडे पाहात आजी हसत म्हणाली, ''चला शिक्रण खाणारे 'केळी पेहेलवान' होऊन जाऊद्या. या पुठ्याखाली एक फुंकर मारा आणि तो उलटा करून टाका.''

आजोबांनी चष्मा घातला. ते सावकाश खाली वाकले आणि त्या पुठ्याखाली जोरात फुंकर मारली.

इतकी जोरात फुंकर मारली की मिहिरने घाबरून कानच बंद करून घेतले.
पण तो पुठ्ठा जागचा हलला सुद्धा नाही.
आजोबांनी हळूच एका डोळ्याने मिहिरकडे पाहिलं. मग पुन्हा खाली वाकून जोरजोरात एकापाठोपाठ फुंकर मारल्या. पण काही उपयोग झाला नाही.

''बास झालं. हे पाहूनच मला चक्कर यायला लागलीय.''
आजीने असं म्हणताच मिहिरने विचारलं,''आजोबा जेव्हा जोरात फुंकर मारतात तेव्हा या पुठ्याखालची हवा जोरात ढकलली जाते. पण त्यामुळे नेमकं काय होतं?''

''शाबास !
असा काही विचार करशील तर तुला मिळेल उत्तर.
नुसतं केळी खाऊन कधी उत्तरं मिळत नाहीत.
अरे पुठ्याखाली फुंकर मारली की तेथील हवा विरळ होते आणि..
तेथील हवेचा दाब तात्पुरता कमी होत
पण त्याचवेळी पुठ्यावर वरून पडणारा हवेचा दाब जास्ती असल्याने
कितीही प्रयत्न केला तरी पुठ्ठा उलटा करता येत नाही.
क्या समझे?''

आजीने असं म्हणताच आजोबा म्हणाले,
''मला थोडासा अंदाज आला होताच
पण काय करणार,
मला ती बटाट्याची भाजीच मध्ये आठवायला लागली!''

तुम्हीसुद्धा.
हा शून्य खर्चाचा प्रयोग अवश्य करा
आणि
मोठमोठ्या केळी पेहेलवानांना चकीत करा.

राजहंस प्रकाशन